அறத்துக்கு அப்பால் நீளும் அத்துமீறல்

அறத்துக்கு அப்பால் நீளும் அத்துமீறல்

சமூக ஊடகங்களும் இடைவெளிகளும்

ஆரூர் பாஸ்கர்

எழுத்து
பிரசுரம்

Title: Arathukku Appaal Neelum Aththumeeral
Author's Name: Aroor Baskar

Published by Ezutthu Prachuram

Ezutthu Prachuram
(An imprint of Zero Degree Publishing)
No. 55(7), R Block, 6th Avenue,
Anna Nagar,
Chennai - 600 040

Website: www.zerodegreepublishing.com
E Mail id: zerodegreepublishing@gmail.com
Phone : 89250 61999

Ezutthu Prachuram First Edition: January 2022
ISBN: 978-93-91748-78-4
TITLE NO EP: 321

Rs. 260/-

Cover Design: Trotsky Marudu
Layout: Vijayan
Printed at Manipal Technologies, India.

நன்றி

சமூக ஊடகங்கள் குறித்த தங்களுடைய சொந்த அனுபவங்களையும், உணர்வுகளையும் வெளிப்படையாகப் பகிர்ந்த நண்பர்களுக்கு.

தமிழ் அடையாளத்தைத் தமது சிறப்பான ஓவியங்களில் முன்னெடுத்தவரும், வெகுமக்கள் ஊடகங்களில் நவீன ஓவியங்களைக் கொண்டு சென்றவருமாகிய ஓவியர் டிராட்ஸ்கி மருது அவர்களுக்கு (அட்டை ஓவியம்).

சமூக ஊடகங்களில் பெண்கள் குறித்துத் தங்கள் மேலான கருத்துகளைப் பகிர்ந்த நண்பர்கள் தேனம்மை லக்ஷ்மணன், வித்யா சுரேஷ், ஹேமா ஜெய், சங்கீதா வெங்கடேஷ்- ஆகியோர்க்கு.

என் எழுத்தைத் தொடர்ந்து உற்சாகப்படுத்தும் தமிழ் ஆசான் கவிக்கோ ஞானச்செல்வன் ஐயா. நண்பர் சுபாஷிணி (தமிழ் மரபு அறக்கட்டளை அமைப்பின் தலைவர்) கனகசுந்தரத்துக்கு.

இதனை எழுதிக்கொண்டிருந்த காலத்தில் என்னை உற்சாகப்படுத்தி அவ்வப்போது தங்கள் சந்தேகங்களைக் கேட்டு எனக்கு என்றும் பக்கபலமாக நிற்கும் அனைத்து சமூக ஊடக, இணைய நண்பர்களுக்கு.

நூல் பிழைதிருத்தத்தில் உதவிய முனைவர் இரா. ஜீவாராணி, செம்மைப்படுத்துவதில் உதவிய நண்பர்கள் என். சொக்கன், பொன். வாசுதேவன் (அகநாழிகை), அரசன்-க்கு.

இதை நேர்த்தியான அச்சுப்பிரதியாக வெளியிடும் ஸீரோ டிகிரி (எழுத்து பிரசுரம்) ராம்ஜீ, காயத்திரிக்கு.

என்னையும் என் எழுத்தையும் ஆதரித்து என்போக்கில் சுதந்திரமாகச் செயல்பட துணைநிற்கும் குடும்பத்தினருக்கும் நெஞ்சார்ந்த நன்றி!

அறம் குறித்து கேள்விகளை எழுப்பும் நூல்

உலகெங்கும் வாழும் பலதரப்பட்ட மக்களிடம் தகவல்களைக் கொண்டு சேர்ப்பதில் தொழில்நுட்ப வளர்ச்சியால் விளைந்த சமூக ஊடகங்களின் பணி மகத்தானது. மனிதர்களை உடனுக்குடன் தொடர்புகொள்வதிலும், தகவல்களைப் பகிர்ந்துகொள்வதிலும், அவற்றைக் குறித்து விவாதிக்கச் செய்வதையும் இது சாத்தியப்படுத்தியிருக்கிறது.

இதை நாம் சரியான முறையில் பயன்படுத்துகிறோமா என்றால் சுமார் ஐம்பது சதவீதம் மட்டுமே முறையான பயன்பாட்டில் இருக்கிறது. தொழில்நுட்ப வளர்ச்சிகளை ஆக்கபூர்வமாகப் பயன்படுத்துவதில் எந்தக் கேள்விகளும் இல்லை. அதே சமயம், சமூக ஊடகங்களைப் பெரும்பாலும் பொழுதுபோக்குக்காகவும், வீண் விவாதங்களுக்காகவும், வதந்திகளைப் பரப்புவதற்காகவுமே பயன்படுத்துவது சமீப காலமாக அதிகரித்து வருகிறது. இந்தச் சூழலில், சமூக ஊடகப் பயன்பாட்டினைக் குறித்த புரிதலையும், அது ஏற்படுத்தும் சாதக பாதகங்கள் குறித்தான தெளிவையும் அதைப் பயன்படுத்தும் ஒவ்வொரு தனிமனிதனும் உணர்ந்து கொள்ள வேண்டிய கடமையும் இருக்கிறது.

அகில உலகத்தையும் ஆட்டிப்படைத்துக்கொண்டிருக்கும் சமூக ஊடகங்கள் எப்படி, எவ்விதம் பயன்படுத்தப்படுகின்றன

என்பதையும், அதன் சீர்கேடுகள் என்ன என்பதைப்பற்றியும் ஒரு கள ஆய்வு போல இந்நூல் விளக்குகிறது. சமூக ஊடகங்களைப் பாவிப்பவர்களிடம் எவ்விதமான தனிமனித அறம், ஒழுக்கம் சார்ந்த மீறல்கள் நிகழ்த்தப்படுகின்றன என்பதைப் பற்றிய தெளிவான புரிதலை நமக்குத் தருகிறது.

சமூக ஊடகங்களால் பல நன்மைகள் இருப்பினும் ஏமாற்று வேலைகள், மறைத்தல், திரித்தல் என குறிக்கோளாகக்கொண்டு இயங்கும் மனித மூளைகளை இது கேள்விக்குள்ளாக்குகிறது. இந்தச் சூழ்ச்சிகளுக்கு நாம் பலிகடா ஆகாமலிருக்க நாம் என்ன செய்ய வேண்டும்? சமூக ஊடகங்களைப் பயன்படுத்துவதை விட்டுவிட்டு ஒதுங்கி நின்று விடுவதா? நம்மால் இயன்ற வழியில் இதற்கெதிராகக் களம் இறங்கி விழிப்புணர்வை ஏற்படுத்துவதா? இந்தக் கேள்விகளுக்கு இந்தப் புத்தகத்தில் பதில் இருக்கிறது.

சமூக ஊடகப் பயன்பாட்டாளர்களுக்கு எழும் பிரச்சினைகள் குறிப்பாக, பெண்கள் எதிர்கொள்ளும் சிக்கல்கள் போன்றவற்றைப் பற்றிய அலசலும், பொருளாதாரம் சார்ந்த இழப்புகள் நேரிடாமல் தடுப்பது எப்படி? அப்படி நேர்ந்தால் அதிலிருந்து மீள்வது எப்படி என நாம் அறிந்த விஷயங்களுடன், அறிந்துகொள்ள வேண்டியவையும் நிறையவே உள்ளன. இது பற்றி நமக்குத் தெரிந்தவர்களின் அனுபவங்கள் மூலமாகப் பல பாடங்களைக் கற்றுக்கொள்கிறோம். நல்ல விஷயங்களை எடுத்துக்கொண்டு தேவையற்றதைப் புறக்கணித்துச் செல்ல வேண்டிய வரையறையை சமூக ஊடகங்களைப் பயன்படுத்தும் நாம்தாம் உணர்ந்திருக்க வேண்டும். அதன்மூலம் தேவையற்ற மன அழுத்தங்கள், பிரச்சினைகளைக் குறைத்துக்கொள்ள முடியும். அறிவுரையாக என்றில்லாமல் பிறரது நிஜ அனுபவங்களை உதாரணமாகச் சொல்லியிருப்பது இந்தப் புத்தகத்தின் சிறப்பு.

சமூக ஊடகங்களில் புழங்கும் முறை குறித்தும் அதன் வாயிலாக ஏற்படும் அக, புறச் சிக்கல்கள் குறித்தும் தனிமனித அறம் குறித்துமான கேள்விகளை எழுப்பும் இந்நூல், நம்மை ஒழுங்கு செய்துகொள்ளவும், அதன்மூலமாக மெய்நிகர் வெளியில்

சுதந்திரமாக உலவுவதற்குமான சாத்தியங்களை உணர்த்துகிறது. இன்றைய காலகட்டத்தில், மெய்யில்லாத மெய்நிகர் உலகில் நாம் கையாள வேண்டிய அறத்தைப் பற்றிய அவசியம் என்ன என்பதற்கான விடையை இந்நூலை வாசிப்பதன் மூலம் நாம் அறியலாம்.

- பொன். வாசுதேவன் (அகநாழிகை),
pon.vasudevan@gmail.com

முன்னுரை

கடந்த ஆண்டு கீழ்க்கண்ட நிலைத் தகவலை முகநூலில் வெளியிட்டேன்.

“இணையத்தைக் கடந்த 20 வருடங்களுக்கு மேலாகப் பயன்படுத்துபவன் என்ற முறையிலும் அதன் ஊடாகச் சமூகச் செயல்பாடுகளை உற்று நோக்குபவன் என்ற முறையிலும் அது தொடர்பாக ஒரு புத்தகம் எழுதிக்கொண்டிருக்கிறேன்.

ஆமாம், சமூக ஊடகங்களின் அபரிமிதமான வளர்ச்சியால் பாரம்பரிய ஊடகங்கள் தனது கட்டுப்பாட்டை மெல்ல இழந்து கொண்டிருக்கும் இந்தச் சூழலில் சமூக வலைதளங்கள், சமூக ஊடகங்கள் பற்றி எழுதிக்கொண்டிருக்கின்றேன்.”

அதைத் தொடர்ந்து உள்பெட்டியில் என்னைத் தொடர்பு கொண்ட சிலர், “ஏன் இதைப் பற்றி எல்லாம் எழுத வேண்டுமா?” எனக் கேட்டார்கள்.

அப்போது, எனக்கு எழுத்தாளர். ஜி.நாகராஜன் தனது ‘குறத்தி முடுக்கு’ குறுநாவலில் எழுதிய முன்னுரைதான் நினைவுக்கு வந்தது. அதில் அவர், “ஏன் நடக்கிறது என்று வேண்டுமானால் கேளுங்கள். ஆனால் ஏன் எழுதுகிறேன் எனக் கேட்காதீர்கள்” என்றார்.

அதுபோல, தெரிந்தோ தெரியாமலோ, நாம் தினமும் காலையில் கண்விழிப்பதில் இருந்து, இரவு கண் உறங்கும்வரை ஒரு நொடி

கூடப் பிரியாமல் கைபேசியோடு வாழும் வாழ்க்கையை இன்று நாம் கைவரப் பெற்றிருக்கின்றோம். அதனால், அதைப் பற்றி எழுதாமல் வேறு எதைப் பற்றி எழுதுவதாம்.

ஊர்ப் பக்கத்தில் "எண்ணெய் கண்ட இடத்தில் தடவிக்கொள்; சீப்பு கண்ட இடத்தில் வாரிக்கொள்" என்றொரு பழமொழி சொல்வார்கள். அதுபோல, இன்று நேரம் கிடைக்கும் போதெல்லாம் கைபேசியைத் தடவிக்கொண்டிருக்கின்றோம். கொஞ்சம் யோசித்தால், கைபேசி எனும் இரண்டாவது மூளையோடுதான் இன்று நாம் சுற்றித் திரிகிறோம்.

அதனால், இணையத்தில் குறிப்பாகச் சமூக ஊடகங்களில் முன்பு நாம் எப்போதும் இல்லாத அளவு மிக இறுக்கமாகப் பிணைந்திருக்கின்றோம். அவை இன்று பொழுதுபோக்கு என்ற நிலையைக் கடந்து வேலை, வியாபாரம், நட்பு, காதல், சமூகப்போராட்டம் என அனைத்திலும் நம்மோடு ஐக்கியமாகி விட்டன.

சமயங்களில் நான் கையில் போன் இல்லாமல் வெளியே செல்ல வேண்டிய தருணங்களில் (தூரம் கொஞ்சமாக இருந்தாலும்) ஒருவிதப் பதற்றத்தையும் பாதுகாப்பின்மையையும் உணர்கின்றேன். அதுபற்றி ஒருமுறை முகநூல் நண்பர்களின் கருத்தையும் கேட்டிருந்தேன்.

'செல்போன் ஒருகேள்வி' எனத் தலைப்பிட்ட அந்தப் பதிவுக்குப் பல நூறு பேர் விருப்பக்குறியிட்டு தங்களுடைய சொந்த அனுபவங்களையும் பகிர்ந்திருந்தனர்.

அவர்களுடைய கருத்துகளை நேரடியாகவே இங்கே தருகின்றேன்.

"என்னை மறந்து வீட்டில் விட்டுப் போனாலும் போனை விட மாட்டேன். நேற்று ஒரு மணி நேரம் பிரிய நேர்ந்தது... கையும் ஓடவில்லை... காலும் ஓடவில்லை.

செல்போனை எடுத்துச்செல்லாமலிருக்கும் அந்தத் தருணங்களில் ஏற்படுவதாகக் கருதும் பதற்றத்துக்கும் பாதுகாப்பில்லாமை போன்றவை நாமாகவே நமக்குள் சுவீகரித்துக்கொண்டது.

பாதுகாப்பு தரும் துறையில் வேலையிலிருந்தாலோ அல்லது

சுயதொழில் செய்தாலோ முக்கியமானவர்கள் தொடர்பு கொள்வார்களே என்கின்ற வகையில் கவலைப்பட வாய்ப்பிருக்கிறது.

உண்மை.....பதற்றம் வருகின்றது. *All are.*

When I left my cell I remembered after 5 KMS away from home in a taxi. I returned home to collect.and continue my journey.

கொஞ்சம் அன்ஈசியாகத்தான் *(uneasy)* இருக்கு.

சில வேளைகளில் செல்போன் இருந்தால்தான் பதற்றம் வரும் சகோ. சிலவேளை விலைகூடிய உயர்ந்த செல்போன்களினால் உயிரே கூடப் போகலாம்.

இதுவரை நான் அந்த நிலையை எட்டவில்லை சார். இருப்பினும் கைப்பேசி இல்லாத பொழுது ஏதோ ஒன்றை இழந்தது போன்ற உணர்வு.

இதென்ன கேள்வி சார், பெரும்பாலும் அப்படித்தான். அப்படிப் பதற்றப்படாதவங்க ரொம்ப குறைவு.

தனியாக இருக்க வேண்டிய நிலைமையில் செல்போன் இல்லாமல் பதற்றம் வரலாம். மற்ற போது, பக்கத்தில் உள்ள யாரிடம் கேட்டாலும் போனுதவி கேட்டால் தர மறுக்க மாட்டார்கள்.

உண்மைதான், சற்றுப் பதற்றமாகத்தான் இருக்கிறது.

மின்சாரமளவுக்குத் தொந்தரவு தராது. ஆனால் மன உளைச்சல் தரும்.

உண்மைதான். கையொடிஞ்சது போல...

அனிச்சைச் செயலாகத்தான் மாறிவிட்டது...

எனக்கென்னவோ அதை மறந்து வைத்துவிட்ட நாள்களில் எல்லாம் நிம்மதியாகத் தொல்லை இல்லாமல் இருக்கிற மாதிரிதான் இருக்கிறது.

வீட்டுல மறந்து வெச்சிட்டுப் போய் மனைவியிடம் பேச்சு

வாங்கியிருக்கேன்! அப்போதான் ஏதாவது வாங்கிவரச் சொல்லணும்னு நினைப்பாங்க!

நானெல்லாம் போனை கண்டுக்கவே மாட்டேன். பக்கத்தில் போவதாய் இருந்தால் வண்டி ஓட்டுவதற்கு எதுக்கு டிஸ்டர்ப்னு வச்சிட்டுத்தான் போவேன்.

*Mail, Msg*க்குத்தான் நான் அதிகம் பயன்படுத்துவேன். அதனால் அதிக பாதிப்பு இருப்பதில்லை. போன் செய்தால் எடுக்கும் ஆள் இல்லையென்ற கெட்ட பெயர் கூட உதவுகிறதே? *Msg* அனுப்பத் தெரியாதவனுக்கு போன் எதற்கு என்ற கேள்விக்குப் பயந்து வாய்திறப்பதில்லை நண்பர்கள்.

மறந்து விட்டதை உணரும் வரை நிம்மதி, உணர்ந்த பின் பதற்றம்.

என் பையன் என்னைய திட்றான் ஹைப்பர் ஆயிக்கினே வர்றேனாம் அப்பிடி என்ன தப்பு பண்ணிட்டேன்?? காலையில ஏழு, பகலில் நாலு, இரவில் எட்டு மணிநேரம்தான் முகநூலில் இருக்கேன் இதுக்குப்போய் யாராவது திட்டுவாங்களா?”

இதில் கடைசியாக நண்பர் பகிர்ந்த கருத்தைப் பாருங்கள், அவர் பெரும்பாலும் கைபேசியோடுதான் தனது பொழுதைச் செலவழிப்பாராக இருக்கும் போல.

இப்படி நம்மில் பெரும்பான்மையானவர்கள் தூங்கும் நேரம் தவிர்த்து மற்ற நேரங்களில் கைபேசிகளோடுதான் வாழ்கிறோம் என்பதே நிதர்சனம். சிலர் தூங்கும்போது கூடப் பிரிய மனமின்றி அதைத் தலைமாட்டில் வைத்துக் கொள்கிறார்கள் அல்லது சிலர் ஸ்மார்ட் வாட்ச் எனும் திறன் கைக்கடிகாரத்துடன் தூங்குகிறார்கள்.

ஓஷோவின் உடல், புத்தி, இதயம் *(body, mind, heart)* எனும் மானுடப் பட்டியலில் இதையும் இணைத்துவிடலாமா என யோசிக்கும் வகையில் இன்றைய வாழ்வில் கைபேசியும் இரண்டறக் கலந்துவிட்டது. கைபேசி என்றால் இணையம். இணையம் என்றால் முக்கியமாகச் சமூக ஊடகங்கள்.

இன்று, சமூக ஊடகங்களில் அறிமுகமாகி, நேரடி வாழ்வில் சந்தித்து ஆத்மார்த்தமான நண்பர்களாகி திருமணத்தில் இணைந்த பலரை நீங்கள் பார்த்திருக்க வாய்ப்புள்ளது. ஆனால், இதையெல்லாம் கடந்த 20 ஆண்டுகளுக்கு முன்பு நமது சமூகச் சூழலில் கண்டிப்பாக நினைத்துப் பார்த்திருக்கவே முடியாது. 90களின் இறுதிவரை கூட இணையத் தொடர்பு என்பது இளைஞர்களிடம் ஒருவிதக் கள்ளத்தன்மையைக் கொண்டிருந்தது.

பின், ஆர்க்குட் தளம் பயன்பாட்டில் இருந்த ஆரம்ப காலகட்டங்களில் கூட இந்தியாவில் மக்கள் தங்களுடைய சைபர் உறவு பற்றி மற்றவர்களிடம் பேசும் போது மேலோட்டமாக மட்டுமே சொல்லிக் கொண்டிருந்தார்கள். அன்று இணையம் என்பது சாமானியர்களிடம் இருந்து சற்று விலகி, படித்த மேல்தட்டு மக்களுக்கானது என்றிருந்தது.

அந்த வகையில் இன்று அனைவர் கையிலும் இணையம் என்பது ஒருவிதப் புரட்சியே. அப்போதெல்லாம் தமிழ்நாட்டுப் பெண்களின் படத்தை இணையத்தில் பார்ப்பது என்பது யூனிகார்ன் (Unicorn) பார்ப்பது போல. யூனிகார்ன்!? ஆமாம், நாமும் எத்தனை நாளுக்குத்தான் "குதிரைக் கொம்பு" என எழுதிக்கொண்டிருப்பதாம். (யூனிகார்ன் என்பது நெற்றியில் ஒரு பெரிய, கூர்மையான, சுழல் கொம்பு உள்ள புராண விலங்கு).

அப்போது, தங்கள் பெண்களுக்கு 'மணமகன் தேவை' என தமிழ் மேட்ரிமோனியல் தளங்களில் விளம்பரம் தந்த அப்பாக்கள் மணமகளின் படத்தை அனைவரும் பார்க்கும்படி பொதுவில் போடத் தயங்கினார்கள். மணமகனின் ஜாதகம் பொருந்தி வந்து அவர்களுக்கு மணமகன் பிடித்திருந்தால் மட்டுமே மணமகளின் படத்தைப் பார்க்கும் வகையில் கடவுச் சொல்லைத் தருவார்கள்.

அப்போது, 'மணமகள் தேவை' என விளம்பரம் கொடுத்துவிட்டு தேவுடு காத்த நான் கூட, என்னுடைய படத்தைப் பொதுவில் போட்டேனா? எனக் கேட்காதீர்கள். அன்றைய சூழலில் மேற்கு நாடுகளை ஒப்பிடும்போது தொழில்நுட்ப அளவில் மட்டுமல்ல,

மனத்தளவில் கூட நாம் பின்தங்கித்தான் இருந்தோம் என்பதை ஒத்துக்கொள்ளத்தான் வேண்டும். அன்று, இணையத்தை பாவிப்பதில் இருந்த தயக்கங்கள் இன்று கண்டிப்பாக இல்லை என்பதே செய்தி.

உண்மையில் இன்று சூழல் மாறியிருக்கிறது. இணையத்தைப் பொறுத்தவரை மனத்தளவிலும், தொழில்நுட்ப அளவிலும் நாம் மேற்கு நாடுகளுக்கு எந்த அளவிலும் சளைத்தவர்கள் இல்லை என்பது வெளிப்படை.

இன்று ஆறாம் விரலாகிவிட்ட, ஒட்டிப் பிறந்தது போல இருக்கும் செல்ஃபோன் வழியாக வரும் சமூக ஊடகங்கள் பற்றிய சரியான புரிதல் நம்மிடம் இருக்கிறதா?

அவை (சமூக ஊடகங்கள்) பார்வையாளர்களைப் பங்கேற்பாளர்களாக ஆக்கி இருக்கின்றன. குரல் அற்று இருந்த சாமானியர்களின் குரலாகியும் இருக்கிறது. சரிதான்.

ஆனால், அதன் ‘ஒளிரும் பக்கங்கள்’ பற்றித் தெரிந்த நமக்கு அதன் இருண்ட பக்கங்கள் பற்றி எந்த அளவுக்குத் தெரியும்? எந்த நாணயத்திற்கும் மறுபக்கம் என்பது உண்டுதானே? உலக மக்களை ஒரே தளத்தில் நிறுத்தி இருக்கும் அவை சமூகத்தின் போக்கில் உண்டாக்கி இருக்கும் மாற்றங்கள்தான் என்ன?

இதற்கெல்லாம் விடை தேடும் ஒரு சிறிய முயற்சியே இந்தப் புத்தகம்.

அன்புடன்,
ஆரூர் பாஸ்கர்
(aarurbass@gmail.com)
ஜுபிடர், ஃபிளாரிடா.

(நவம்பர்-15-2021)

பொருளடக்கம்

பாகம்—1 அறத்துக்கு அப்பால்

உள்ளே நுழையும் முன்

மனதால் நேர்மையுடன் இருப்பதே அறம். அறத்தை மறுப்பவர் வாழ்வில் வீழ்வது உறுதி. பொறாமை, அளவற்ற ஆசை, கடும் கோபம், தீய சொற்கள் இவை நான்கும் இல்லாமல் இருப்பது அறம். அடிமையாக இருப்பது அறமாகாது. அறமே ஒருவருக்குச் சொத்து. அறமே இன்பத்தை, செல்வத் தைத் தரும். (அறன் வலியுறுத்தல் அதிகாரம்)

- திருவள்ளுவர்.

அறம் என்றால் என்ன? என யாராவது கேட்டால் நம்மால் அதை நேரடியாக ஒரு சொல் மூலம் விளக்கிவிட முடியுமா எனத் தெரியவில்லை.

திருக்குறளைத் தாண்டி, 'அரசியல் பிழைத்தோர்க்கு அறம் கூற்றாகும்' எனச் சிலம்பு சொன்னது. கவிஞன் தனக்கு அநீதி இழைக்கப்பட்டதாக உணரும்போது அதை இழைத்தவர் அழிய வேண்டும் எனச் சாபமிட்டு அறம் பாடியது. பிறகு 'அறம் செய்ய விரும்பு' என்று அவ்வை சொன்னது என இவற்றையெல்லாம் பார்க்கும்போது, அறம் என்பது தமிழில் பல பரிமாணங்களைக் கொண்ட ஒரு சொல் என நினைக்கிறேன்.

எதிக்ஸ் (ethics) எனும் ஆங்கிலச் சொல்லை அறம் என்பதன் நேர் சொல்லாக எடுத்துக்கொண்டாலும், அது கடமை, தர்மம், கற்பு, இல்லறம், துறவறம், நல்வினை போன்ற வாழ்வியல் நெறிகளைச் சொல்லும் சொல்லாகவும் எடுத்துக்கொள்ளப்படுகிறது.

பொதுவாக, அறம் என்பதை மனிதர்கள் தங்கள் வாழ்க்கையைச் சிறப்பான முறையில் ஒருங்கிணைத்துக் கொள்வதற்காக உருவாக்கிக்கொண்டுள்ள நெறிகளும் நம்பிக்கைகளும் என எடுத்துக் கொள்ளலாம்.

சரி, சமூக ஊடகங்களை அறம் எனும் விளக்கின் ஒளியில் உயர்த்திப் பிடித்தால்?... பார்ப்போம்.

நம்பிக்கைதானே?

பிறக்க ஓர் இடம் பிழைக்க ஓர் இடம் எனும் தமிழர்களின் தலையெழுத்துக்கு நான் மட்டும் என்ன விதிவிலக்கா? எங்கோ பிறந்து இங்கே அமெரிக்காவிற்குப் பிழைக்க வந்து குடியேறிய பல இலட்சம் தமிழர்களில் நானும் ஒருவன்.

அது ஒரு சனிக்கிழமை. வார விடுமுறை என்றாலும் வீட்டில் பெரிதாக ஓய்வு கிடைத்துவிடுவதில்லை. அதுவும் சொந்தமாகத் தொழில் செய்யும் எனக்கு ஓய்வு என்பது என்னையே நான் கட்டாயப்படுத்தி எடுத்துக்கொள்வது. அப்படி ஒருநாள் ஓய்வாக இருந்தபோது என்னுடைய பால்ய நண்பனின் மகன் ஒருவன் தொலைபேசியில் அழைத்திருந்தான்.

நண்பனின் மகனுக்கு வயது 18. மலேசியாவில் வசிக்கின்றான். மிகவும் திறமைசாலி. படித்துக்கொண்டே அமெரிக்கா போன்ற வெளிநாட்டுக் கம்பெனிகளுக்கு இணையதளம் எனும் வெப்சைட் டிசைன் செய்து கொடுக்கிறான். பகுதி நேர வேலையாக இதைப் பல ஆண்டுகளாகச் செய்துவருகிறான்.

அன்று, தனக்குச் சமீபத்தில் வந்த ஓர் அமெரிக்க வேலை வாய்ப்பு பற்றிப் பேசினான். அதன்படி, அமெரிக்காவில் இருந்து செயல்படும் ஓர் இந்திய உணவகத்துக்கு இணையதளம் தேவை.

அந்தக் குறிப்பிட்ட தளத்தை வடிவமைக்க 800 அமெரிக்க டாலர்கள் ஊதியமாகத் தரப்படும் என்ற ஒரு ஃபேஸ்புக் விளம்பரத்தைப் பார்த்து அவர்களை முதலில் இமெயிலில் தொடர்புகொண்டு இருக்கிறான்.

அதற்குப் பதில் அளித்த அவர்கள் தொடர்புக்கு ஒரு வாட்ஸப் எண்ணைத் தந்திருக்கிறார்கள். அந்த எண் வழியாக அவர்களோடு வாட்ஸப்பில் தொடர்ந்து பேசி தளம் எப்படி இருக்க வேண்டும். எத்தனை நாட்களில் முடிக்கவேண்டும். தொழில்நுட்பம் என எல்லா விடயங்களும் பேசி உறுதி செய்துவிட்டான்.

கடைசியாக, அவர்கள் அந்த வேலையைத் தொடங்க நாங்கள் உனக்கு முன்பணம் தருகிறோம், ஆனால், அமெரிக்காவில்தான் எங்கள் கம்பெனி இருக்கிறது. எனவே அமெரிக்காவில் யாரும் உறவினர்கள் இருந்தால் அவர்களுக்கு உறுதிசெய்யப்பட்ட காசோலை ஒன்றை அனுப்புகின்றோம். கூடவே இலச்சினை எனும் லோகோ மற்றும் டிசைன் கம்பெனிக்குக் கொடுக்க வேண்டியதையும் சேர்த்து அனுப்புகின்றோம். வங்கியில் பணம் வந்தவுடன் உங்கள் உறவினரை அவர்களுக்கும் அனுப்பிவிடச் சொல்லுங்கள் என்று சொல்லியிருக்கிறார்கள்.

நான், “சம்பந்தப்பட்டவர்களோடு பேசினீர்கள்தானே? நம்பிக்கைதானே” என்று கேட்டேன். ஆமாம் என்றான். நானும் பெரிதாக எதுவும் யோசிக்கவில்லை. “சரி, செக்கை எனக்கு அனுப்பச் சொல்லு” என்றேன்.

இரண்டு நாட்கள் கழித்து அந்தக் காசோலை ஃபெடெக்ஸ்(FedEx) இல் பின்தொடரும் எண்ணுடன் (tracking number) வந்தது. என்னுடைய எண்ணை அவர்களுக்குக் கொடுத்திருப்பான் போல. ஃபெடெக்ஸ் வந்தவுடனேயே எனக்கு ஓர் அமெரிக்க எண்ணில் இருந்து குறுஞ்செய்தி வந்தது. “தயவுசெய்து செக் வங்கியில் கிளியர் ஆனவுடன் என்னைத் தொடர்பு கொள்ளுங்கள்”- பென் என்றிருந்தது.

அந்தக் காசோலையின் மதிப்பு $2950 டாலர்கள். பிறகு, "தற்போது கொரோனாதானே... நீங்கள் வங்கிக்குப் போகத் தேவையில்லை உங்கள் போனில் இருக்கும் பேங்க் 'ஆப்'-பில் டெபாசிட் செய்யுங்கள். உங்கள் உதவிக்கு நன்றி" என இன்னொரு செய்தி அனுப்பி இருந்தார் பென்.

சரி என நானும் அந்தக் காசோலையை வீட்டில் இருந்தபடியே வங்கி ஆப்-பின் மூலமாக வைப்பு வைத்தேன். மூன்று நாட்களில் அந்தக் காசோலையும் கிளியர்-ஆகி... வங்கிக் கணக்குக்குப் பணமும் வந்தது. பணம் வந்த அன்று எனக்கு ஒரு முக்கியமான வேலை.

ஆமாம், அன்று ஒரு பிரபல அமெரிக்க டிவி ஒரு ஆன்லைன் நிகழ்வில் என்னைப் பேச அழைத்து இருந்தது. அந்த நிறுவனம் பங்குச்சந்தை, வர்த்தகம், நிதிப் பாதுகாப்பு போன்ற நிதித்துறைசார் செய்திகளை உலகுக்கு எடுத்துச் செல்வதில் முதன்மையான செய்தி நிறுவனம். நான் அவர்களுடைய நிகழ்வுக்காகத் தயார் செய்து கொண்டு இருந்தேன். மிகப் பெரிய நிகழ்வு அது. பல ஆயிரம் பேர் கலந்துகொண்டு அன்று என் பேச்சைக் கேட்க இருந்தார்கள்.

பரபரப்பான நாள். அந்த நேரத்தில்தான், எனக்கு பென்-இடம் இருந்து படபடவெனப் பல குறுஞ்செய்திகள் வந்தபடி இருந்தன. பணம் வந்துவிட்டதா? $2950- டாலரும் முழுமையாக வந்ததா. அந்தப் பணத்தில் தயவுசெய்து $2000 பணத்தை venmo வில் (அமெரிக்காவில் இருக்கும் ஒரு பணப் பரிவர்த்தனை செயலி) இந்தக் கிராபிக் டிசைனருக்கு அனுப்ப முடியுமா? இதோ அந்த கிராபிக் டிசைனரின் எண். உடனடியாகச் செய்ய முடியுமா? எனக் கேட்டுத் தொடர்ச்சியாக ஒரே தொல்லை.

அன்று நான் இருந்த பரபரப்பில்... இவன் வேறு தொல்லை கொடுக்கிறானே என நினைத்துச் சரியென 2000 டாலரை பென் சொன்ன நபருக்கு அனுப்பி வைத்தேன். அந்த விவகாரம் அத்தோடு விடவில்லை.

அடுத்த நாள், “உங்கள் நண்பரின் மகன் எமக்குத் தளம் வடிவமைக்கக் கொடுத்த $800 மதிப்பீடு (எஸ்டிமேட்) அதிகம். அதனால், தயவுசெய்து அந்தப் பணத்தை இந்த நபருக்கு அனுப்பிவிடுங்கள் எனச் சொல்லி இன்னொரு எண்ணைக் கொடுத்திருந்தார்கள். கூடவே, இதனால் உங்களுக்கு ஏற்பட்ட சிரமத்துக்கு மன்னிக்கவும். அதற்கு ஈடாக நாங்கள் அனுப்பிய பணத்தில் நீங்கள் $200 ஐக் கழித்துக்கொள்ளுங்கள்” என்றான் பென்.

எனக்கோ ஒரே கடுப்பு. அன்று நான் ஒரு வேலையாக வெளியே வேறு கிளம்பிக்கொண்டிருந்தேன். சரி இத்தோடு நீ ஒழிந்து போ என நினைத்து, “என் நண்பனுக்கு உதவி செய்யத்தான் இதனைச் செய்ய ஒப்புக் கொண்டேன். அதனால், உன் பணம் எனக்குத் தேவையில்லை. இனி என்னைத் தொந்தரவு செய்யாதே, ஒழிந்து போ!” என முழுப் பணத்தையும் அவனுக்கே அனுப்பிவைத்துவிட்டேன். அத்தோடு அவனுடைய போன் நம்பரையும் பிளாக் செய்து விட்டேன்.

இரண்டு நாட்களுக்குப் பின்னர் வந்ததுதான் அதிர்ச்சி. வங்கியில் இருந்து போன் செய்திருந்தார்கள்.

நீங்கள் போட்ட அந்த செக்...

சொல்லுங்கள்...

போலி... என்றார்கள்.

எனக்கு பகீர் என்றது... என்ன சொல்கிறீர்கள்?

ஆபாச ஆட்டம்

நான் பார்வதி. கணவருடன் கடந்த பத்து ஆண்டுகளாக அமெரிக்காவில் வசிக்கின்றேன். சொந்த ஊர் தெற்கே மதுரை பக்கம். கல்லூரி வரை படித்தது கூட மதுரையில்தான். பிறகு வேலைக்காக சென்னை, திருமணம். தொடக்கப் பள்ளி செல்லும் வயதில் ஒரு மகளோடு இப்போது இருப்பதோ அமெரிக்கா. நான் இருப்பது அமெரிக்காவாக இருந்தாலும் இன்னமும் மதுரை உள்ளுக்குள் இருக்கிறது. அதுமட்டுமல்லாமல் இயல்பிலேயே கொஞ்சம் கூச்ச சுபாவம் வேறு. கேட்க வேண்டுமா. கூடவே, தேவையில்லாமல் வெளியாட்களிடம் பேசாதே எனும் கட்டுப்பாடான குடும்பம் வேறு.

முகநூலில் வெகுநாட்களாக இருந்தாலும் கடந்த சில ஆண்டுகளாகத்தான் பதிவுகள் போட ஆரம்பித்தேன். அதுவும் மிகுந்த தயக்கத்தோடு. முகநூல் கணக்கு தொடங்கியபோது, இங்கே இருக்கும் மக்களின் சைக்காலஜி பற்றி எதுவும் தெரியாது. அதனால், ஆரம்பத்தில் பெரும்பாலும் பெண்கள், நேரில் பார்த்த சில ஆண்களை மட்டுமே நட்பு வட்டத்தில் வைத்திருந்தேன். தெரியாத ஆண்களின் நட்பு அழைப்பை என்றும் ஏற்க விரும்பியதில்லை. பிறகு வந்த நாட்களில் மற்ற

பெண்களின் முகநூல் பக்கங்களில் சென்று பார்த்தபோது, அவர்கள் தெரியாத ஆண்களை நண்பர்கள் வட்டத்தில் அனுமதித்திருப்பது தெரிந்தவுடன் ஒன்றும் பிரச்சினையில்லை போல என நினைத்து வந்த ஆண்களின் நட்பு அழைப்புகளை ஏற்றுக்கொண்டேன். வந்தது பிரச்சினை.

ஆரம்பத்தில் எனது மெசஞ்சர் பகுதியில் ஹாய், ஹலோ, குட்மார்னிங், குட் நைட் சொல்லுவது, கார்டுகள் அனுப்புவது என்று கொஞ்சம் கொஞ்சமாகப் பல தொல்லைகள் வர ஆரம்பித்தன. நான் அவற்றையெல்லாம் சும்மா பார்ப்பதோடு சரி. எந்தப் பதிலும் கொடுப்பதில்லை. நாம் ஏதாவது சொல்லப்போக அவர்கள் ஏதாவது பதில் சொல்ல ஏன் வீண் பிரச்சினை எனக் கடந்து போகப் பழகிவிட்டேன். இல்லை, வண்டுகள் பூவைச் சுற்றிச் சுற்றி வருவது இயல்பு தானே என நினைக்கும் மனநிலைக்கு வந்துவிட்டேன் என்று அர்த்தமில்லை. அலுத்துப்போய் விட்டது என்று சொல்லலாம்.

நான் எப்போதும் மெசஞ்சரை ஐ-போனில் டவுன்லோடு செய்து வைப்பதில்லை என்பதால் நேரம் கிடைக்கும் போதுதான் எப்பொழுதாவது பார்ப்பது உண்டு. அதில் வீடியோ கால்கள் மற்றும் ஆடியோ கால்கள் வந்த செய்திகள் பதிவாகி இருக்கும். சில மெசேஜ்கள் ஐ லைக் யு என்றும், ஏங்கித் தவிப்பது போலவும், காதல் சினிமா பாடல்களும் இருந்ததுண்டு. ஒரு நபர், “முதல் முதலில் பார்த்தேன் காதல் வந்தது” என்கிற சினிமா பாடலையும் அனுப்பி இருந்தார்.

எனது முகநூல் புகைப்படத்தைப் பார்த்து உயிராகக் காதலிப்பதாகவும், இருவரும் சேர்ந்து காதலிக்கலாமா(!) என்று கேட்டு, செய்தி அனுப்பியவர்களும் உண்டு. இதை நான் இங்கு எழுதுவது நீங்கள் என்னைப் பேரழகி என்றெல்லாம் கற்பனை செய்துகொள்ள வேண்டியதற்காக அல்ல. மாறாக, அறிமுகம் இல்லாத பெண்களிடம் நம்மூர் ஆண்கள் செய்யும் அத்துமீறல்களைத் தெரிந்துகொள்ள வேண்டும் என்பதற்காகத் தான்.

பெரும்பாலும், இந்த மாதிரி குப்பைச் செய்திகளை நான் உடனடியாக ப்ளாக் செய்து விடுவது உண்டு. மெசஞ்சரில் ப்ளாக் செய்துவிட்டதால் என் முகநூல் பக்கத்தையும் அவர்கள் பார்க்க இயலாது என்றுதான் நான் நினைத்திருந்தேன். ஆனால் அந்த நபர்கள் முகநூலில் கொக்கு காத்திருப்பது போலக் காத்திருந்து நாம் லாக் இன் பண்ணும் நேரத்தைக் குறிவைத்துப் பழியாய்க் கிடப்பார்கள். உடனே, கமெண்ட் பகுதிக்கு வந்து “கம் டு த மெசஞ்சர்... ஐ-ம் வெயிட்டிங்...” என்றும், “நாம பேசலாமா டியர்...”, “உங்கள் வாட்ஸ் அப் நம்பரைக் கொடுங்கள்...” என்றும் பொதுவெளிக்கே வந்து எழுதும் அளவுக்கும் போனார்கள். எவ்வளவு நெஞ்சழுத்தம் பாருங்கள். பொதுவெளியில் படுக்கைக்கு வா என அழைக்காதது மட்டும்தான் குறை.

சிலர் சூப்பரான டெக்னிக்குகளைக் கையாள்வதும் உண்டு. முகநூல் பதிவுகளில் ஆஹா! ஓஹோ! என்று புகழ்ந்து விட்டு, பின் உள்பெட்டிக்கு வந்து “ஹாய்!” சொல்லுவார்கள். அவர்கள் புகழ்ச்சியுரையில் உச்சி குளிர்ந்து நாம் உரையாடுவோம் என்பது அவர்களது எண்ணம். இப்படியாக என்னிடம் ஆட்டம் போட்ட நபர்களில் இதுவரை சுமார் 200 பேரை ப்ளாக் செய்திருக்கிறேன் என்றால் பார்த்துக்கொள்ளுங்கள்.

சில ஆண்கள், மெசஞ்சரில் பதில் போடாவிட்டால் அன்பிரண்ட் செய்து விடுவேன் என்று எமோஷனலாக மிரட்டுவதும் உண்டு. பதில் தராத கோபத்தில் தானாக அன்பிரண்ட் செய்து கொண்டு போனவர்களும் லிஸ்டில் நிறைய இருக்கிறார்கள். நான் எதையுமே கண்டுகொள்வதில்லை. நமக்கு வேலை மிச்சம். தானாகவே போய்விட்டார்கள் என்று நிம்மதி அடைவேன்.

இந்தச் சூழலில்தான் நாகரிகம், பண்பு கருதி ஒருவரிடம் பேசி வம்பை விலை கொடுத்து வாங்கிய அனுபவத்தைச் சொல்கிறேன்.

கடந்த ஆண்டு திரைத்துறையில் வேலை செய்யும் ஓர் அசோசியேட் டைரக்டர் (பெயர் வேண்டாம்) ஒருவரின்

அறிமுகம் முகநூலில் கிடைத்தது. முன்பெல்லாம் திரைத்துறையில் அசிஸ்டெண்ட் டைரக்டர் என்பார்கள். அவர்களை நாம் உதவி இயக்குநர் என்போம். என்னவோ இப்பொழுதெல்லாம் பலர் அசோசியேட் டைரக்டர் என எழுதுகிறார்கள். அதை நாம் இணை இயக்குநர் என எழுத வேண்டும் போல் இருக்கிறது. அந்த ஆளோடு சேர்த்து "இணை" என்ற சொல்லை எழுதக் கூடக் கூச்சமாக இருக்கிறது. அப்படி ஒரு வேலையைத்தான் அந்த ஆள் செய்தார்...

★★★

மேலே போலி செக் வாங்கி ஏமாந்த அந்த நபர் யார் ? மையல் கொண்ட ஆண்களால் தான் முகநூலில் விரட்டப்பட்டதை வெளிப்படையாக ஒத்துக்கொள்ளும் அந்த அமெரிக்கத் தோழி யார்? என்றெல்லாம் நீங்கள் யோசிக்கத் தொடங்கி இருப்பீர்கள்.

அவர்களுடைய உண்மையான பெயர்கள் இங்கே அத்தனை முக்கியமில்லை. அதைக் குறிப்பிடுவதும் தர்மம் இல்லை. ஆனால், இங்கே மிகைப்படுத்தல் எதுவுமில்லை. அந்த நபர்கள் உண்மையானவர்கள். இரத்தமும், சதையுமான அவர்களுக்கு நடந்த சம்பவங்களும் உண்மை என்று மட்டும் என்னால் உறுதியாகச் சொல்ல முடியும். அதுபோல, தனிப்பட்ட முறையில் நான் அனுபவித்த, கேள்விப்பட்ட, வாசித்த பல சம்பவங்களின் சாரத்தை விழிப்புணர்வுக்காக மட்டுமே பதிவுசெய்கிறேனே தவிர இதில் சம்பந்தப்பட்டவர்களைக் களங்கப்படுத்தும் எந்த உள்நோக்கமும் இதில் இல்லை.

போலி செக்கால் ஏமாந்த அந்த நபர் எப்படி அமெரிக்க உளவுத் துறையுடன் *(FBI)* கைகோர்த்தார். பார்வதிக்கு முகநூலில் காம வலை விரித்த அந்த உதவி இயக்குநர் அப்படி என்னதான் செய்தார். இதற்கெல்லாம் விடை தேடும் முன் கேரளாவில் நடந்த இன்னொரு உண்மைச் சம்பவம்...

இருவர் கூட்டணி

2021 - ஜனவரியில் நடந்த ஒரு சம்பவம். கொல்லத்தின் (கேரளா) நகர்ப்புறப் பகுதியில் காவலர்களுக்குக் குப்பைத் தொட்டிக்கு அருகில் பிறந்து சில மணி நேரங்களே ஆன ஒரு பச்சிளங்குழந்தை கிடப்பது பற்றிய தகவல் வந்தது. சம்பவ இடத்துக்கு விரைந்த காவலர்கள் அந்தப் பச்சிளங் குழந்தையைக் கைப்பற்றி உடனடியாக மருத்துவமனைக்கு அனுப்பி வைத்திருக்கிறார்கள். ஆனாலும், குழந்தையை அவர்களால் காப்பாற்ற முடியவில்லை.

அதன் பிறகு ஏறக்குறைய ஐந்து மாதத் தேடலுக்கும், விசாரணைக்கும் பின் அந்தக் குழந்தை ரேஷ்மா எனும் 22 வயது பெண்ணுக்குப் பிறந்த குழந்தை என டி.என்.ஏ ஆய்வில் உறுதிசெய்யப்பட்டது.

திருமணமான அந்தப் பெண் புதிதாகப் பிறந்த அந்தக் குழந்தை தன்னுடைய முகநூல் 'ஆசை' காதலனோடு சேர இடைஞ்சலாக இருக்கும் என நினைத்து அதைத் தூர வீசி எறிந்ததாகச் சொல்லி அனைவரையும் அதிர்ச்சி அடைய வைத்தாள்.

பிறகு வழக்கு. பல விசாரணைகள். ரேஷ்மா குறிப்பிட்ட அந்த முகநூல் காதலரைக் காவலர்கள் சல்லடை போட்டுத் தேடினார்கள். ஆனால், அந்தத் தேடலின் முடிவில் அப்படி ஓர் ஆண் இல்லை. ஏன் அவ்வளவு, அப்படி ஒரு நபரே நிஜத்தில்

இல்லை என்ற உண்மை வெளிப்பட்டிருக்கிறது. அப்படி என்றால், பல ஆண்டுகளாக ரேஷ்மாவிடம் முகநூலிலும், தொலைபேசியிலும் பேசியது?

அவர்கள் இரண்டு பெண்கள். அதுவும் ரேஷ்மாவின் உறவினர்கள். அவர்கள்தான் முகநூலில் கூட்டாக ஆண் போலப் பேசி இத்தனை நாட்களாக அவளைக் காதலிப்பதாக நடித்திருக்கிறார்கள். தொலைபேசியிலும் குரலை மாற்றிப் பேசி ஏமாற்றியிருக்கிறார்கள். அவர்களை விசாரணைக்கு வரச் சொன்ன நாளில் இருந்து அந்த இரண்டு பெண்களும் மாயமாகி இருக்கிறார்கள். சில நாட்களுக்குப் பின் அவர்கள் இருவருடைய சடலங்களும் அருகில் இருந்த ஆற்றில் கண்டெடுக்கப்பட்டிருக்கின்றன.

தங்களுடைய போலி முகநூல் காதலன் விவகாரம் வெளிப்பட்டு மாட்டிக்கொள்வோமென்ற அச்சத்தில் அந்த இரு பெண்களும் தற்கொலை செய்து கொண்டிருக்கிறார்கள். இப்படிப் பல சம்பவங்கள்.

மேலே நான் சொன்னது சமூக ஊடகம் எனும் கடலின் ஓரிரு துளிகள். உண்மையில் அங்கே என்ன நடந்துகொண்டிருக்கிறது? ஒரு சமூகமாக நாம் எங்கே போய்க்கொண்டிருக்கிறோம்? நண்பர்களை, உறவினர்களை, சமூகத்தை இணைக்க வேண்டிய வேலையைச் செய்ய வேண்டிய சமூக ஊடகங்கள் இன்று நம்மை எங்கே அழைத்துச் செல்கின்றன? ஃபேஸ்புக் போன்ற சமூக ஊடகங்கள் தங்களுக்கான பிரம்மாண்ட புராணத்தைத் தானே எழுதிக்கொள்ள ஆரம்பித்துவிட்டதா என்ன?

நாம் இப்படி நம்மைச் சுற்றி நடக்கும் அனைத்தையும் கறுப்புக் கண்ணாடி அணிந்துதான் பார்க்கவேண்டுமா? அது அனைவருக்கும் கசப்பான கனவா என்ன? இல்லை மாய உலகா? பின் ஏன், அங்கு அவ்வளவு கூட்டம்? அது, புள்ளி மான்கள் சுதந்திரமாக மேய்ந்து திரியும் அமைதியான சமவெளி இல்லையா? அங்கு மகிழ்ச்சியோடு பாலும் தேனும் கரை புரண்டு ஓடவில்லையா என்ன? இப்படிப் பலருக்குப் பல நூறு கேள்விகள். பார்ப்போம்...

உண்மைச் சம்பவங்கள் தொடர்ச்சி

'இணை இயக்குநர்' என அந்த ஆளோடு சேர்த்து 'இணை' என்ற சொல்லை எழுதக் கூடக் கூச்சமாக இருக்கிறது. அப்படி ஒரு வேலையைத்தான் அந்த ஆள் செய்தார். முடிந்தால் 'செய்தான்' என 'ஆன்' விகுதியிலேயே மேலே படியுங்கள். தப்பில்லை.

முகநூலில் அந்த ஆள் பார்க்க சாதுவாகத்தான் தெரிந்தார். ஒரு சில தமிழ்த் திரைப் பிரபலங்களோடு எடுத்த புகைப்படங்களைத் தனது புகைப்படத் தொகுப்பில் வைத்திருந்தார். பிறகு, திரைத்துறையில் பயன்படுத்தும் நீண்ட கேமராவில் கோணம் பார்ப்பதுபோல இன்னொரு படம் என முகநூலில் தனக்கொரு இமெஜ் ஏற்படுத்தி இருந்தார்.

அந்த நபரின் அறிமுகம் கிடைத்தது எனச் சொன்னேனே தவிர, பெரிதாக நாங்கள் எதுவும் பேசிக்கொள்ளவில்லை. முகநூலில் நான் எழுதும் பதிவுகளுக்கு எப்போதாவது கமெண்ட் எழுதுவார். நான் அதற்குப் பதில் சொல்லுவேன். மற்றபடி ஒன்றுமில்லை. ஆனால், தொடர்ச்சியாக அவரிடமிருந்து சுமார்

ஆறு மாதங்களுக்கு மேலாக உள்பெட்டியில் எனக்கு இரண்டு வரியில் தத்துவார்த்தமான பழமொழிகள் வந்துகொண்டே இருந்தன.

இந்த நபர் ஹாய், ஹலோ, அன்பே நலமா, நான் இங்கு நலம் என்றெல்லாம் சொல்லி தொல்லை பண்ணவில்லை என்பதால் எப்பொழுதாவது நன்றி என்கிற பதிலை மட்டும் கொடுத்துக் கொண்டிருந்தேன். சென்ற வருடக் கோடை விடுமுறையின் போது தமிழகம் சென்றபோது இந்த நபர், எப்படி இருக்கீங்க என்ற உரையாடலைத் தொடங்கியிருந்தார்.

இவர் எனக்குப் பல மாதங்களாகக் குறுஞ்செய்தி அனுப்பிக் கொண்டிருப்பதால் ஒருவேளை என் எழுத்துகளின் அபிமானியாக இருப்பாரோ என்று நினைத்து அந்த நபருக்கு மரியாதை கொடுக்கும் விதத்தில் நானும் நலம் விசாரித்து இந்தியாவில் இருப்பதாகத் தெரிவித்தேன். (முடிந்தால் அடுத்த நாள் அவரைச் சந்திக்கலாமே எனும் சஞ்சலம் மனதுக்குள் கொஞ்சம் இருக்கவே செய்தது.) அனுப்பிய நேரம் இரவு 8 மணி இருக்கும் என நினைக்கிறேன். வந்தது வினை.

அடுத்த பதில் உடனடியாக வந்தது. ஆனால், அது மிகவும் அதிர்ச்சி தரும் வகையில் அமைந்தது. "ஏய்! நீ உடனே வீடியோ போடுடி" என்று ஆரம்பித்த செய்தி பிறகு கண்ட கண்ட கெட்ட வார்த்தைகளால் மனநிலை பிறழ்ந்தவனைப் போல என்னென்னவோ எழுத ஆரம்பித்தான்.

அவன் எழுதியது அனைத்தும் பொதுவெளியில் எழுத முடியாதது. "அவுத்துக் காட்டுடீ" என்பது மாதிரியான மூன்றாம் தர எழுத்து. எனக்கு பக்கென்றிருந்தது. அதைத் தொடர்ந்து தொடர்ச்சியாக 15-20 போன் அழைப்புகள். ஃபேஸ்புக் மெசஞ்சரில். ஆடிப் போய்விட்டேன். மிகவும் அதிர்ச்சியாக இருந்தது. கூடவே அருவருக்கும் ஆண், பெண் இணைந்த பல ஆபாசப் படங்களை வேறு அனுப்பியிருந்தான். ச்சே...

மனதுக்குப் பிடித்த கணவனோடு தனிமையில் அனுபவிக்க

வேண்டிய அந்தரங்கம் இவனோடா? சமூகத்தில் மதிப்பு மிகுந்தவராக நினைத்திருந்த அந்த நபர் அன்று அந்த இரவில் அப்படிச் செய்வான்(ர்) என நான் கொஞ்சமும் எதிர்பார்க்கவில்லை. மனதளவில் கொஞ்சம் வருத்தமாகக் கூட இருந்தது.

நல்ல வேளையாக வீட்டில் யாரும் என்ன ஏது என விசாரிக்கவில்லை. ஒரு பெண் இந்தியாவில் இருந்தால் என்ன வேண்டுமென்றாலும் பேசலாம், கேட்கலாம். அவளும் செய்வாள் என நினைத்தானா? என்று தெரியவில்லை. அந்த நபரை நான் உடனடியாக ப்ளாக் செய்தேன். அதன் பிறகு நன்றாகச் சுதாரித்துக்கொண்டேன். இனிமேல் நாகரிகம், பண்பு என்று கருதிகூட இனி யாருக்கும், எந்தப் பதிலும் அளிக்கக்கூடாது என்று முடிவெடுத்தேன்.

அதுபோல, வெளியே இலக்கியவாதி போர்வையில் சமூக ஊடகத்தில் உலவும் ஒரு மனிதரின் சின்ன புத்தியைப் பற்றிச் சொல்கிறேன்.

★★★

வங்கியில் இருந்து பேசியவர்கள் ஆமாம், அந்த செக் போலி என்றார்கள். அப்போது என் பணம்?

அது உங்கள் பொறுப்பு... நீங்கள் அதைப் பரிவர்த்தனை செய்தவரோடு பேசிக்கொள்ளுங்கள்... என்றார்கள்.

அப்போதுதான், என்னையும் என் நண்பனின் மகனையும் ஏமாற்றி விட்டார்கள் என்பது புரிந்தது. உடனடியாக ப்ளாக் செய்த எண்ணை அன்பிளாக் செய்து தொடர்புகொண்டேன். பதிலில்லை.

அன்றிரவு முழுவதுமாக எனக்கு உறக்கமே இல்லை. படுக்கையில் புரண்டு புரண்டு படுத்துக்கொண்டிருந்தேன். என்னையும் என் நண்பனின் மகனையும் ஏமாற்றிய, முக்கியமாக என்னை ஏமாற்றிய அந்த முகம் தெரியாத மனிதன் மேல் கோபமாக

வந்தது. இழந்த அதே பணத்தை ஏன் அதைவிடக் கூடுதலாகக் கூட யாருக்காவது உதவி செய்திருந்தால் நிம்மதியாகத் தூங்கியிருப்பேன்.

ஆனால், சே... அநியாயமாகப் பணத்தை இழந்தது என்னைச் சுத்தமாக உறங்கவிடவில்லை. இரவெல்லாம் இருளை வெறித்தபடி என்னுள் தர்க்கம் செய்தபடி இருந்தேன். தலைவலிப்பது போலிருந்தது. யார் அவர்கள் எங்கிருக்கிறார்கள்? இத்தனை பேரில் என்னை எதற்காக அவர்கள் தேர்ந்து எடுத்து ஏமாளியாக்கினார்கள்? என்னை நம்ப வைத்துக் கழுத்தறுத்த அவர்கள் மேல் ஆத்திரப்பட்டேன். சட்டென ஒரு வேகம் வந்து இவர்களைச் சும்மா விடக் கூடாது என முடிவெடுத்தேன்.

அடுத்த நாள் எழுந்தவுடன் முதல் வேலையாக எனது ஊர் போலீஸ் ஸ்டேஷன் போய் ஒரு ரிப்போர்ட் எழுதிக் கொடுத்தேன். வாங்கிக் கொண்டார்கள். வந்த கையோடு *FBI* எனும் அமெரிக்க உளவுத் துறையையும் தொடர்பு கொண்டேன். விசயத்தை போனில் கேட்டவர்கள், அந்தத் திருட்டுக் கும்பல் என்னைப் போல பல ஆயிரம் பேரை அமெரிக்காவில் ஏமாற்றி 40 மில்லியன் டாலர்கள் மோசடி செய்த விவகாரத்தைச் சொன்னார்கள். இதேபோல ஒரு கூட்டத்தைச் சென்ற ஆண்டுதான் பிடித்தார்களாம்.

இது இன்னொரு கூட்டம் போல... இந்தத் திருட்டு நடப்பது நைஜீரியா நாட்டில் இருந்து... இப்படி நைஜீரியா நாட்டில் இருந்து இலங்கை அமெரிக்கா என உலகம் முழுவதும் நீளும் அவர்களுடைய நீண்ட கையைப் பற்றி அறியும் ஆர்வம் எனக்கு வந்தது. உண்மையில் ஆர்வம் என்பதை விட எனக்கு அவர்களைப் பழிக்குப்பழி வாங்கும் எண்ணம் வந்தது. நெஞ்சில் கடும் சினம். இவர்களைச் சும்மா விடக்கூடாது... இந்தத் திருட்டு எப்படித்தான் நடக்கிறது?

சட்டென கையில் இருந்த வேலைகளை எல்லாம் ஒரு பக்கம் தூக்கிப் போட்டுவிட்டு, முழு நேரமாக இந்தத் தேடலில் இறங்கினேன்.

முதலில் இந்த மோசடியின் ஊற்றுக்கண் நைஜீரியா என்றால், அமெரிக்காவில் வசிக்கும் எனக்கு உள்ளூர் கொரியர் வந்தது எப்படி என யோசித்தேன். நேரடியாக ஆய்வில் இறங்கினேன். அப்போதுதான் இந்தக் கண்ணியில் சில உள்ளூர் ஆட்களும் சம்பந்தப்பட்டிருப்பது தெரியவந்தது.

அதன்படி, அமெரிக்காவில் வேலை இல்லாமல் வறுமையில் இருப்பவர்களைக் குறிவைத்து ஒரு விளம்பரம் வருகிறது. அதில்:

“வாரத்துக்கு உங்களுக்கு 450 டாலர் சம்பளம்” என்று மட்டும் இருக்கும். ஓர் இமெயில் முகவரியையும் அமெரிக்க போன் எண்ணையும் கொடுத்திருப்பார்கள். அந்த இமெயில் முகவரி உண்மையான ஒரு கம்பெனியுடையது போல இருக்கும். ஆனால், அவையெல்லாம் உண்மையான பன்னாட்டு நிறுவனங்களை ஹேக் செய்து திருடியது. இப்படிப் பன்னாட்டு நிறுவனங்களில் நைஜீரியர்களின் கைவரிசை என்பதை நாம் தனியாகப் பார்க்க வேண்டியிருக்கும்.

சரி, நாம் அந்த அமெரிக்க போன் எண்ணுக்கு வருவோம். அது கூகுள் வாய்ஸ் வழியாகப் பெற்றது. அதை யார் வேண்டுமானாலும் எளிதாகப் பெறலாம். வண்ணாரப்பேட்டை குறுக்குச் சந்தில் அமர்ந்தபடி நியூயார்க்கில் இருந்து பேசுகிறேன் எனச் சொல்லலாம். குரல் அப்பட்டமாகக் காட்டிக்கொடுக்காத வரை யாருக்கும் பெரிதாகச் சந்தேகம் வராது.

அந்த விளம்பரங்களைத் தொடர்புகொண்ட அமெரிக்கர்களுக்குத் தரப்படும் வேலை இதுதான். "எங்கள் கம்பெனி செக்-ஐ நீங்கள் பிரிண்ட் செய்து எமது கம்பெனியில் வேலை செய்பவர்களுக்கு *Fedex* வழியாக அனுப்ப வேண்டும். அதற்குரிய பிரிண்ட் செய்யப்பட்ட லேபிள் *(label)* உங்களுக்கு இமெயில் வழியாக எங்களால் அனுப்பப்படும்" இதுதான் வேலை. வாரத்துக்கு 450 டாலர்கள். தபால் செலவு? அவர்கள் தருகிறார்கள். அப்புறம் என்ன? வீட்டில் இருந்தபடி வேலை. கூடுதலாக அவர்களுக்கு முன் பணம் 400 டாலர்கள் வேறு. வீட்டில் ஒரு பிரிண்டர் இருந்தால் போதும். யார்தான் வேண்டாம் என்பார்கள்.

இதற்காக அவர்கள் ஊதியமாக, முன்பணமாகப் பெறும் அனைத்தும் உண்மையான பணம்தான். அதுபோல, அவர்கள் தரும் *Fedex label*-லும் உண்மையானது. அது ஒவ்வொன்றும் 60 டாலர்கள் மதிப்பு உடையது.

அதனால், அந்தக் கம்பெனி பற்றியோ அதற்கு அவர்கள் அனுப்பும் போலி செக் பற்றியோ எந்தவிதப் பின்புலமும் இல்லாமல் அவர்கள் அதை ஓர் உண்மையான கம்பெனி என்று நம்பி வேலையைத் தொடங்கி விடுவார்கள். இது, போலி செக்-ஐ அச்சடித்து *Fedex*-இல் அனுப்பும் அமெரிக்கன்.

இரண்டாவது, 'நான்' வென்மோ செயலி வழியாக வெப்-சைட் டிசைனருக்கு என்ற பெயரில் வந்த பணத்தை வாங்கிக்கொண்டவன். இங்கே பெரும்பாலும் வாங்கிக் "கொண்டவன்" என்பதற்குப் பதிலாக வாங்கிக் "கொண்டவள்" என்பது சரியாக இருக்கும். ஏனென்றால், அதிகமாக இப்படிப் பணத்தை வாங்கிக்கொள்பவர்கள் பெண்களாகத்தான் இருக்கிறார்கள். அவர்கள் நைஜீரியர்கள் அந்தப் பெண்களை இணையத்தில் வளைப்பது என்பது ஒரு தனிக் கதை.

ஆமாம். இதற்குத் திருடர்கள் பாவிப்பது இணையத்தில் நடக்கும் கள்ளக்காதலை. அமெரிக்காவில் இருந்து ஆப்கானிஸ்தான், தென் கொரியா போன்ற நாடுகளுக்குச் சென்று வேலை செய்யும் இராணுவ வீரர்கள் போல அவர்கள் ஃபேஸ்புக், டிவிட்டர் போன்ற சமூக வலைதளங்களில் தங்களைக் காட்டிக்கொள்வார்கள்.

அழகான அமெரிக்க வீரர்களின் படங்களை முகப்புப் படங்களாக வைத்துக் கொண்டு அமெரிக்காவில் இளம் பெண்களை, குறிப்பாகப் பணம் இல்லாதவர்களைத் தேனொழுகப் பேசி வளைத்துப் போடுவார்கள். கொஞ்சம் நம்பிக்கை வந்தவுடன்.

"என்னோடு வேலை செய்யும் இன்னொரு நண்பனின் குடும்பத்துக்கு நான் நேரடியாக இல்லாமல் இன்னொருவர்

மூலம் பணம் அனுப்புகிறேன். அதனை நீ அவனுக்கு வெஸ்டர்ன் யூனியன் மணி ஆர்டர் மூலம் அனுப்ப முடியுமா? உன் செலவுக்கும் அதில் கொஞ்சம் பணம் எடுத்துக் கொள்..." என்பான்.

அதை நம்பிய அந்த ஏமாளிப் பெண்ணுக்குப் பணம் அனுப்புபவர்கள்தான், என்னைப் போன்றவர்கள். அவர்கள்தான் நைஜீரியத் திருடர்கள் சொன்ன கிராபிக் டிசைனர். லேசாகத் தலை சுற்றுகிறதா? சரி, அந்தப் பக்கம் அந்தப் பெண்ணிடம் இருந்து பணம் வாங்குபவர்?

அங்கே தான் நைஜீரியப் பிரஜைகள் காட்சிக்குள்ளே வருகிறார்கள். அவர்கள் பெரும்பாலும் அமெரிக்காவுக்குப் படிக்க வந்த மாணவராக இருப்பார்கள். அமெரிக்காவில் இதுபோல பல மோசடிகள் நடப்பதால் நைஜீரிய நாட்டிற்கு அமெரிக்காவில் வாழும் நைஜீரியப் பிரஜைகள் தவிர மற்றவர்கள் யாரும் வெஸ்டர்ன் யூனியன் வழியாகப் பணம் அனுப்ப முடியாது. எனவே நைஜீரியப் பிரஜைகளைப் பிடித்து வைத்து இருக்கிறார்கள். பிறகு, எதற்கு வெஸ்டர்ன் யூனியன் *(western union)?* நேரடியாக பேங்க் வழியாக அனுப்பினால் மாட்டிக்கொள்வார்களே. அதனால்தான் அந்த ஏமாளிப் பெண் வழியாக வெஸ்டர்ன் யூனியன்.

பணத்தைப் பெற்றுக்கொண்ட அந்த மாணவர் தனது செலவுக்குக் கொஞ்சம் பணம் வைத்துக் கொண்டு, மீதத்தை நைஜீரியாவுக்கு அனுப்புவார். அதில் கொஞ்சம் அவரது குடும்பத்துக்குப் போகும். ஆனால், பெரும் பகுதி அந்தத் திருடர்களுக்கு.

என் விசயத்தில், யார் அந்தத் திருடன்? வெப்சைட் வடிவமைக்க வேண்டும் என இலங்கையில் இருக்கும் எனது நண்பனின் மகனை இந்த வலையில் விழ வைத்தானே. அவன்தான், நைஜீரியாவில் வசிக்கும் ஒரு நைஜீரியன்.

அவன் எப்போதும் தனது நைஜீரிய அடையாளத்தைச் சுத்தமாக

இணையத்தில் மறைத்தே மற்றவர்களைத் தொடர்புகொள்வான் என்பதால் யாருக்கும் எந்தச் சந்தேகமும் வராது. இணையத்தின் பெரிய வசதியே, இதுபோல முகமில்லாமல் செயல்படுவது தானே?

இந்த நால்வரையும் நான் எப்படி வளைத்துப் பிடித்தேன்?

★★★

நான் காலத்திடம் கைகட்டி நிற்கும் எளியவன். கவிஞன். இலக்கியவாதி என்றெல்லாம் சொல்லிக்கொண்டு முகநூலில் ஒரு நபர் இருக்கிறார். தமிழ் வார இதழ் ஒன்றில் ஏதோ ஆசிரியரான அவருக்கு வாழ்வில் ஆண் நண்பர்களை விடப் பெண் நண்பர்களே அதிகம் என நினைக்கிறேன்.

பூவைச் சுற்றி வண்டுகள் மொய்ப்பதைப் பார்த்திருப்போம். ஆனால், இந்த வண்டைச் சுற்றி எப்போதும் ஒரே பூக்களாகவே மொய்த்துக்கொண்டிருக்கும்.

கலியுகக் கண்ணன் எனச் சொல்லும் அளவுக்கு வெளிநாடுகளில் இருக்கும் தோழிகளுக்குப் பிறந்தநாள் என்றால் தவறாமல் கவிதை எழுதி உருகுவது, அழகான பெண் தோழிகளோடு எடுத்த புகைப்படங்களாக முகநூலில் போட்டு மற்ற ஆண்களை வெறுப்பேற்றுவது. அழகான பெண் நண்பிகளின் புத்தகங்களுக்கு முன்னுரை எழுதித்தருவது, இலக்கிய வாழ்வை நான் நன்றாக வாழ்கிறேன். அதுபோல, பெண் தோழிகள் விசயத்தில் என்னை மிஞ்ச வேறு ஆள் இல்லை என வெளிப்படையாகவே தம்பட்டம் அடிப்பது என அவருடைய முகநூல் பக்கம் எப்போதும் பெண் வாடையாகவே இருக்கும்.

அதற்குத் தகுந்தாற்போல அவர், திருமணமான பழைய காதலியைச் சாலையில் சந்தித்து, வாடி ஒரு டீ சாப்பிட்டுப் போகலாம் என்று சேர்ந்து டீ சாப்பிடுவது ஒரு குஷி... என உரைநடை எழுதினால் கூட. அவருடைய பெண் சிஷ்ய கோடிகள் தவறாமல் என்ன ஓர் அருமையான கவிதை, அருமையான காட்சிப்படுத்தல், சூப்பர், லவ் இட் எனப்

புகழ்ந்து பேரன்பு எனச் சொல்லிக் கூடவே ஹாட்டின் சிம்பல் போடுவார்கள்.

அவர் அன்புசூழ் உலகுபோல் பெண்கள்சூழ் உலகிலேயே வாழட்டும் எனக்குப் பிரச்சினை இல்லை. ஆனால், ஓர் அடிப்படை நாகரிகம் தெரிய வேண்டாமா என்ன? இது தான் நடந்தது.

சில வருடங்களுக்கு முன்னால், அவருடைய பத்திரிகையில் ஒரு கதைப் போட்டி ஒன்றை அறிவித்திருந்தார்கள். அது சம்பந்தமாக ஒருமுறை மெசஞ்சரில் சந்தேகம் ஒன்று கேட்டிருந்தேன். அதற்கான பதிலை அவர் திரும்ப மெசஞ்சரிலேயே சொல்லி இருக்கலாம். ஆனால் அவரோ, பதில் அளிக்காமல் அவரது வாட்ஸ் அப் நம்பரைக் கொடுத்து அவருடன் தொடர்பு கொள்ளச் சொன்னார்.

எனக்கோ ஏன் என்று புரியவில்லை. சரி பார்ப்போம் என நினைத்து அவருடைய எண்ணை என் போனில் சேமித்து வைத்துக் கொண்டேன். பிறகு கேள்வியை, வாட்ஸ் அப்பில் கேட்கலாம் என நினைத்து அதில் ஹாய் சொல்லி இருந்தேன். அவரோ அங்கும் எனது கேள்விக்குப் பதில் சொல்லாமல் உடனே ஒரு பதிவு செய்யப்பட்ட குரல் செய்தியை எனக்கு அனுப்பி இருந்தார்.

அந்தக் குரல், மிகவும் தெரிந்தவரைப் போல "டா" போட்டு அழைத்தும், "ஹே.. நீ... வா... போ..." செல்லம் என்று கொஞ்சியது. எப்படி? முன் பின் தெரியாத ஒரு பெண்ணிடம். அவள் அடுத்தவரின் மனைவி எனத் தெரிந்தும் கூட, ஒரு காதலியிடம் பேசுவதுபோல் அதில் பேசினார்.

சரி... அவர் என்னதான் பேசப் போகிறார் என்று தெரிந்து கொள்ள ஒரு நாள் அவரை அழைத்துப் பேசியபோது, நான் அவரை, "நீ, வா, போ..." என்று அழைத்துப் பேசவேண்டும் என்று சொன்னார். பழக்கம் இல்லாத ஒருவரை எடுத்தவுடன் நீ, வா, போ என்று பேச என்னால் இயலவில்லை. அப்படி

நான் வளரவும் இல்லை. அதனால், நான் அப்படிப் பேசாமல் தவிர்த்துக் கடைசி வரை மரியாதை கொடுத்தே பேசினேன்.

அது அவருடைய கோபத்தைக் கிளப்பி இருக்கும் போல, அடுத்த நாள் அவரது முகநூல் பதிவில், " ஏதோ பெரிய இதுங்கன்னு நினைப்புல... நீங்க, வாங்க, போங்கன்னு சிலதுங்க பேசுதுங்க... இப்படி இருப்பவர்கள் இனி என்னுடன் முகநூலில் நட்பாக இருக்க இயலாது" என அறிவித்து மறைமுகமாக என்னைத் தாக்கும் விதமாகப் பதிவு ஒன்றைப் போட்டிருந்தார்.

இதையெல்லாம் யார் செய்வது? நான் முகமூடிகளைத் தகர்க்கிறேன். போலித்தனத்தை உடைக்கிறேன் என மேடைகளில் நரம்பு புடைக்கப் போலி இலக்கியம் பேசும் அவருடைய நாகரிகம் என்பது இதுதான்.

அன்றும் வழக்கம் போல அவருடைய அடிப்பொடிகள் தயவால் அந்தப் பதிவிற்குப் பலநூறு லைக்ஸ்-சும் மற்றும் பின்னூட்டங்களும் கிடைத்தன. பிறகு நானும் மிகவும் நல்லதாகப் போயிற்றென்று நினைத்து அதற்குப் பிறகு ஒதுங்கி விட்டேன்.

ஆண் பெண் நட்புக்கும் காதலுக்கும் இடையே உள்ள வேறுபாட்டினை நான் உணர்ந்தவள்தான். அதேபோல, அவரை நீ என்று மற்றவர்கள் அழைப்பதுதான் அவருக்குப் பிடிக்கும் என்கிற கொள்கை இருப்பது போல, புதிதாகப் பார்ப்பவர்களை நீங்கள் என்று மரியாதையுடன் அழைக்கும் கொள்கை எனக்கும் இருக்கும்தானே. அந்த இடைவெளியைப் புரிந்துகொண்டு நாகரிகமாக நடக்க இயலாதவன் இலக்கியவாதியா காட்டு மிராண்டியா? சொல்லுங்கள்.

அந்தப் பதிவில் அவர் என்னை அவமானப்படுத்துவதாக நினைத்து, "...ஏதோ பெரிய இதுங்க..." என எப்படி எழுதலாம்? ஒருவிதத்தில் அது என்னுடைய உரிமையும்தானே. பெண் உரிமை என்பது அவருக்கு மேடைக்கு மட்டுமா என்ன? அனைத்தும் வெற்றுச் சவடால்கள்.

இங்கே, வெளிநாட்டில் வசிக்கும் வெள்ளைக்கார ஆண்கள், பெண்களிடம் எவ்வளவு மரியாதையுடனும், கண்ணியமாகவும் நடந்துகொள்கிறார்கள். ஆனால், நம் தாய் மண்ணில் வசிக்கும் இவர்களோ பெண்களை *Object* (பொருளாக) ஆகப் பார்க்கும் தரம் தாழ்ந்த நிலையிலே இன்னும் இருக்கிறார்களே என்று நினைத்துக்கொள்கிறேன்.

சீழ்பிடித்த ஒரு சமூகத்தின் பிரதிநிதிகள் இவர்கள் என்கிற எண்ணம் எழும். மிகவும் அருவருப்பாக இருக்கும். இவர்களுக்கு என்ன பிரச்சினை? ஏன் இப்படி நடந்துகொள்கிறார்கள் என்று யாராவது உளவியல் ஆய்வு நடத்தினால் கூட நன்றாக இருக்கும் என்று தோன்றுகிறது.

எனக்கு எழுதுவது ஒன்றே என் நோக்கம் என்பது பலருக்குத் தெரிந்து போனதால் தற்பொழுது மெசஞ்சரில் தொந்தரவுகள் குறைந்துபோயின. என்றாலும், “மழை விட்டாலும், தூறல் விடவில்லை” என்பார்களே... அதுபோல எப்பொழுதாவது தொல்லைகள் வருவதுண்டு. அவர்களைப் போன்றவர்களை அன்பிரண்ட் செய்து விடுவதோடு, பெரும்பாலும் புதிதாக வரும் ஆண்களின் நட்பு அழைப்புகளையும் ஏற்பதில்லை.

எப்படியோ அந்த விவகாரத்தால் அவருடனான முகநூல் நட்பு அன்றுடன் முறிந்துபோனது. அதில் எனக்குத் துளியும் வருத்தமில்லை நண்பர்களே...

★★★

என்னை ஏமாற்றிய நைஜீரியத் திருடர்களைப் பிடிக்க காவல் துறையுடன் இணைந்து செயல்படுவது என முடிவெடுத்து அமெரிக்க உளவுத்துறையைத் தொடர்புகொண்டேன். அமெரிக்க உளவுத்துறை? *FBI* எஃப்.பி.ஐ.? *Federal Bureau of Investigation?* ஆமாம், அவர்களேதான். அவர்களைத் தொடர்புகொண்டபோது தான் அன்ரூ என்ற அதிகாரி எனக்கு அறிமுகமானார். 28 வயதே ஆன அந்த உள்ளூர்க் காவல்துறை அதிகாரி சைபர் குற்றங்களில் நிபுணர். அவருடன் இணைந்துதான் திருடர்களைப்

பிடிக்கத் திட்டமிட்டேன்.

முன்பே சொன்னது போல இந்த மோசடிக் கும்பலில் ஏமாளியான என்னைத் தவிர்த்து மொத்தமாகத் தொடர்புடையவர்கள் நான்கு பேர். முதலாமவர், போலி செக்கை எனக்கு அனுப்பிய அமெரிக்கன். இரண்டாவது, நான் கிராபிக் டிசைனர் என நம்பி பணம் அனுப்பியவன். மூன்றாவது, அந்தப் பணத்தை நைஜீரியா அனுப்பிய அமெரிக்காவில் வாழும் நைஜீரியாக்காரன். நான்காவது இத்தனைக்கும் சூத்திரதாரியான நைஜீரியாவில் வாழும் திருடன்.

அவர்களைப் பிடிக்கத் திட்டமிட்டு நான் பணம் கொடுத்து ஏமாறும் ஓர் ஏமாளியாக, ஒரு பொய்யான முகத்துடன் களம் இறங்கினேன். அதுவும், ஒரு முகம் அல்ல 49 முகங்கள். ஆமாம், ஒவ்வொரு முகத்துக்கும் தனித்தனியான இமெயில் முகவரி, போன் நம்பர், ட்விட்டர் கணக்கு, இணையதளம் என 49 அவதாரங்கள் எடுத்தேன். ஒவ்வொன்றும் வெவ்வேறு பெயர்களில் வெவ்வேறு நாடுகளில் இருப்பது போல போலி முகங்கள்.

இந்தத் திருடர்கள் எல்லா நாடுகளிலும் தங்கள் இணையதள வடிவமைக்கும் விளம்பரத்தை வெளியிட்டு இருந்தார்கள். நான் ஒவ்வொரு விளம்பரத்துக்கும் ஒவ்வொரு பெயரில் விண்ணப்பித்தேன். எல்லாம் வெவ்வேறு கதைகள். ஆனால், நம்பும்படியாக. ஒன்றில் நான் 17 வயது இளம்பெண். கல்லூரியில் படிக்கிறேன். ஒன்றில் எனக்கு 61 வயது. ஓய்வுபெற்ற இணையதள வடிவமைப்பாளர். வசிப்பது தாய்லாந்து என ஒவ்வொரு நாட்டிலும் இருப்பது போன்ற பல அவதாரங்கள் எடுத்தேன். ஆச்சர்யமூட்டும் வகையில் அனைத்துக்கும் பதில் இமெயில் வந்தது.

இமெயில் அனுப்பியவர்களுக்கு முதலில் செய்ய வேண்டியது எனக்கு உங்களுக்கு வேலை செய்ய விருப்பம். முன் பணம் கொடுங்கள் எனச் சொல்லி என்னுடைய அமெரிக்க முகவரியைத் தந்தேன். என்னுடைய உண்மையான

முகவரியையா கொடுப்பேன்? அவை எல்லாம், அமெரிக்க உளவுத்துறை தந்த முகவரிகள்தாம். இப்படியாக ஒவ்வொரு விளம்பரத்துக்கும் ஓர் அமெரிக்க முகவரியைத் தந்தேன்.

செக்கை எனக்குத் தபாலில் அனுப்பியவர்கள், அதற்கான Fedex கண்காணிப்பு (tracking) எண்ணைத் தந்தார்கள். அந்த எண்களை அப்படியே அன்ரூவிடம் கொடுத்தேன். கில்லாடியான அன்ரூ, அதை வைத்து Fedex அலுவலக CCTV கேமரா மூலமாக செக் வைத்து எனக்குத் தபால் அனுப்பியவர்களைக் கண்காணிக்க ஆரம்பித்தார்கள். இதில் 25 பேர் மாட்டினார்கள்.

அவர்கள் அனுப்பிய செக் FBI முகவரிக்கு வந்து சேர்ந்ததை உறுதிசெய்த பின், நான் (எனது ஓர் அவதாரம்), செக் கிடைத்துவிட்டது என எனது (எனது அவதாரத்தின்) போனில் இருந்து குறுஞ்செய்தி அனுப்புவேன். பின்னர், இரண்டாவது நாளில் செக் clear ஆகிவிட்டது வேறு யாருக்குப் பணம் அனுப்ப வேண்டும் என்று சொல்லுங்கள் என்று இன்னொரு குறுஞ்செய்தி அனுப்புவேன்.

பணம் வருகிறது என்றால், அவர்களுக்குக் கசக்கவா போகிறது. இதோ என உடனடியாக எனக்கு ஒரு வெண்மோ (venmo) கணக்கு ஒன்றை அனுப்புவார்கள். பே-பால் நிறுவனத்திற்குச் சொந்தமான இந்தச் சேவை மூலம் வென்மோ கணக்கு வைத்திருப்பவர்கள் கைபேசி உதவியுடன் மற்றவர்களுக்கு நிதியை எளிதாக அனுப்பலாம். அதற்கு அனுப்புநர் மற்றும் பெறுநர் இருவரும் அமெரிக்காவில் வசிக்கவேண்டும் என்பதைத் தவிர பெரிய கட்டுப்பாடுகள் எதுவும் கிடையாது.

நான் அந்த வென்மோ கணக்கு எண்ணைக் குறித்துக் கொள்வேன். பிறகு, அந்தக் கணக்கு எனக்கு வேலை செய்யவில்லை என ஒரு தகவல் அனுப்புவேன். அவர்கள் இன்னொன்றைத் தருவார்கள். அதுவும் வேலை செய்யவில்லை எனச் சொல்லுவேன். இப்படி ஒரு 4 அல்லது 5 எண்களை அவர்களிடம் இருந்து பறித்துவிடுவேன். இப்படியாகப் பல நூறு கணக்குகள். இவை அனைத்தும் இந்த நைஜீரியாக்காரர்கள்

(சமூக வலைதளங்கள் வழியாக) காதல் வலையில் வீழ்த்திய அப்பாவிப் பெண்கள். அவை அனைத்தையும் அன்ரூ வழியாக அமெரிக்க உளவுத்துறைக்கு அனுப்பினேன்.

இறுதிவரை, வெண்மோ கணக்கு வேலை செய்யவில்லை. இதோ அதோ என நைஜீரியா நேரம் இரவு இரண்டு மணி வரை அவர்களை இழுத்து அடிப்பேன். கடுப்பான, அவர்கள் "சரி பணத்தை *money order* வழியாக அனுப்பு" என்பார்கள். அதை அனுப்ப அமெரிக்க முகவரி வேண்டுமே?. அதையும் அந்த ஏமாளிகள் தந்தார்கள்.

அது அதுதான் எனக்கு வேண்டும். அவன்தான் மூன்றாவது நபர், அமெரிக்காவில் இருக்கும் நைஜீரியாக்காரன். இப்போது, என்னிடம் பல நூறு வெண்மோ கணக்கு விவரங்கள் அது மட்டுமல்லாமல், பலருடைய உண்மையான அமெரிக்க முகவரிகள். அனைத்தையும் அமெரிக்க உளவுத்துறைக்கு அன்றிரவே பக்காவாக அனுப்பினேன்.

இறுதியாக, குற்றங்களின் மூளையாகச் செயல்படும் நைஜீரியர்களைப் பிடிக்கவேண்டுமே. அவர்களைக் கண்டுபிடிக்க ஒரு சூட்சுமம் செய்தோம். அதுதான், இமெயிலில் என்னுடைய சேவைக்கான விலைப்பட்டி எனும் இன்வாய்ஸ் அனுப்புவது. அது எப்படி, இன்வாய்ஸ் மூலம் குற்றவாளிகளைக் கண்டுபிடிப்பது? அதாவது, நான் அனுப்பும் இமெயில் இன்வாய்ஸில் உள்ள இணைய முகவரியை அவர்கள் சொடுக்கும்போது அவர்களின் போனில் உள்ள எல்லாத் தகவலும் எங்களுக்கு வந்துவிடும்.

அப்படி நான் இன்வாய்ஸ் அனுப்பிய அனைத்து நைஜீரியர்களும் அதைத் திறந்தார்களா என்றால் இல்லை. சிலர் உஷாராகத் திறக்கவில்லை. ஆனால், ஏமாந்து திறந்த பிரகஸ்பதிகளின் விவரங்கள் உளவுத்துறையிடம் ஒப்படைக்கப்பட்டன.

இந்த மோசடியில் ஒன்றல்ல பல நைஜீரியத் திருட்டுக் கும்பல்கள் களத்தில் இருக்கின்றன என்ற விவரமும் தெரியவந்தது. அப்படிப்பட்ட எதிர் முகாம் ஆட்களின் பெயர்கள் சிலவற்றைத்

தெரிந்துகொண்டு ஒருவனிடம்... "நைஜீரியாவில் இருந்து அவன் நமது மெசேஜ்களை எப்படியோ பார்த்து, அவனுக்குப் பணம் அனுப்பச் சொல்கிறான்" என்று போட்டுக் கொடுத்தேன். அதற்கு அவனோ, எனக்கு அவனைத் தெரியும் "அவனை நான் பார்த்துக் கொள்கிறேன்" என அந்தக் குழுக்களிடம் பிரச்சினையையும் சேர்த்துக் கிளப்பிவிட்டோம்.

இப்போது சட்டத்தின் பிடியில் இருக்கும் அந்தக் குற்றவாளிகள் தண்டனை பெறுவார்கள் என்பது ஒருபுறம் இருந்தாலும் நம் அனைவருக்குமான சில படிப்பினைகள் இங்கே...

1) அமெரிக்காவில் ஒரு காசோலை, போலி எனத் தெரிய 15 நாட்கள் எடுக்கும். அதுவரை அந்தப் பணத்தை பாவிக்காதீர்கள். ஏனென்றால், பணம் உங்கள் கணக்கில் வந்தது போலத் தோன்றினாலும், அது போலி எனத் தெரிந்த பின் அதை வங்கி திரும்ப எடுத்துக்கொள்ளும்.

2) அது மட்டுமில்லாமல், முன்பின் தெரியாதவர்களுக்குப் பணம் அனுப்பாதீர்கள்.

3) Venmo, Zelle போன்ற செயலிகளைக் கவனமாகப் பயன்படுத்துங்கள்.

4) தெரியாத நபர், எண்களில் இருந்து வரும் இமெயில், குறுஞ்செய்திகளில் உள்ள attachment அல்லது இணைய முகவரிகளைக் கண்டிப்பாகத் திறக்காதீர்கள். எனக்கு இன்று கூட ...Best Buy PSS Contest!, click here to see if you are one of the 10 lucky winners! .. எனும் கவர்ச்சிகரமான ஒரு குறுஞ்செய்தி வந்தது. அதை நம்பி அந்த இணைப்பைச் சொடுக்கினால் அவர்களுடைய வலையில் நாமே போய் விழுந்து விடுவோம்.

5) சமூக வலைதளங்களில் காதல் வலைவீசி வளைக்கும் ஆண், பெண் என இருபாலாரிடமும் கவனமாக இருங்கள் (வேலை வாய்ப்பு விளம்பரங்கள் விசயத்திலும்).

இதனால், பாதிக்கப்பட்டு தற்கொலை செய்து கொண்டவர்கள், ஆழ்ந்த மன உளைச்சலுக்கு ஆளானவர்கள், குடும்பத்தை இழந்தவர்களின் பட்டியல் மிக நீண்டது.

இந்த நைஜீரியத் திருடர்களின் வலைப்பின்னல் என்பது ஒருவர் இருவரல்ல. அது பல ஆயிரக்கணக்கானவர்களைக் கொண்டது. அதில் உள்ள பெரும்பாலானவர்களுக்குத் தாங்கள் அந்த வலைப்பின்னலில் இருக்கிறோம் என்று கூடத் தெரியாது.

இதுபோல, இணையத்தில் கள்ளக்காதல் என ஏமாந்து இழந்த பணம் அமெரிக்காவில் மட்டும் பல மில்லியன் டாலர்கள்... உலகம் முழுவதையும் நினைத்தால்? எனக்குத் தலைசுற்றுகிறது.

காணாமல் போனவர்கள்

முகநூலில் ராஜ்-ன் அறிமுகம் கிடைத்துப் பேசத் தொடங்கிய சில நாட்களிலேயே என்னால் ஒருமித்து ஒரு வேலையைச் செய்ய இயலவில்லை. அடுக்களையைச் சுற்றிவரும் பசிமிகுந்த பூனை போல எனது மனது ராஜைச் சுற்றிச் சுற்றியே வந்தது.

பிறகு, ஏதாவது செய்து குடித்துவிட வேண்டும் என்ற பதற்றம் கொள்ளும் குடிகாரன் போல நான் ஆனேன். நான் இழுத்த இழுப்புக்கெல்லாம் அவரும் வந்தார் என்றுதான் சொல்லவேண்டும். உற்சாகமான எங்கள் பேச்சு, பல நாட்களில் நள்ளிரவுகளைத் தாண்டிச் சென்றது.

நான் நீலம். வயது 38. குடும்பத் தலைவி. பிறந்து வளர்ந்தது எல்லாம் சென்னை. தற்போது வசிப்பது பெங்களூர், இருந்தாலும் சமூக ஊடகங்களில் நுழைந்த புதிதில் நான் மலங்க மலங்க விழித்துக்கொண்டுதான் இருந்தேன். முற்றிலும் ஒரு புதிய சூழல். புதிய நண்பர்கள். எதிர்பாராமல் வந்த அந்தப் புதிய உறவுகளை நம்பி அப்படியே என்னால் ஏற்றுக்கொள்ள முடியவில்லை. இத்தனைக்கும் நான் படித்தது சென்னையில் பி.இ. இருந்தாலும் எனக்குள் பல தயக்கங்கள். எனது சுபாவம் அப்படி.

அப்போதுதான் ராஜ் முகநூலில் எனக்கு அறிமுகமானார். டில்லியில் பிறந்து, வளர்ந்த அவர் இலண்டனில் தொழிலதிபராக

இருப்பதாகச் சொன்னார். முதலில் அவர்தான் எனக்கு நட்பு கோரிக்கை அனுப்பியிருந்தார். ஆரம்பத்தில் நேரம் கிடைக்கும் போது மட்டும் 'சாட்' என்றிருந்தது எங்கள் உறவு. அடுத்து வந்த சில மாதங்களிலேயே போன். பிறகு அதுவும் தினமும் என்றாகி மிக நெருக்கமானோம்.

அப்படி நாங்கள் நன்றாகப் பழகிக்கொண்டிருந்த சூழ்நிலையில் தான் ராஜ் இந்தியாவில் தான் முதலீடு செய்யவேண்டும் என்ற விருப்பத்தைத் தெரிவித்தார். நான் தயங்காமல், "அதனால் என்ன? இந்தியா வாங்களேன். சேர்ந்து செய்யலாம்" என அழைத்தேன். அவரும் இசைந்தார்.

அந்த நாளும் வந்தது. அன்று மாலை ராஜ் தான் டில்லி விமானநிலையத்தில் இருப்பதாக போனில் பேசினார். இயல்புக்கு மாறாக பதற்றத்தோடு பேசிய ராஜ் தான் அதிக அளவில் வெளிநாட்டுப் பணம் கையில் எடுத்து வந்திருப்பதாகவும், அதனால் தன்னை டெல்லி விமான நிலையத்தில் சுங்க வரித்துறை அதிகாரிகள் பிடித்துக் கொண்டதாகவும் சொன்னார். சிறிது நேரம் கழித்து சுங்க வரித்துறை அதிகாரி என்று அறிமுகம் செய்துகொண்ட பெண் ஒருவர் போன் செய்தார்.

உங்களுடைய நண்பரை விடுவிக்க வேண்டுமானால், அவர் கொண்டு வந்திருக்கும் வெளிநாட்டுப் பணத்துக்கு வரி கட்ட வேண்டும். அதற்குச் சில இலட்சங்கள் செலவாகும். அப்போதுதான் வெளிநாட்டு கரன்சி பாதுகாப்பாக இருக்கும் என்றார். அரசாங்கம் என்றதும் நான் பெரிதாக யோசிக்காமல் அவர் கேட்ட ரூ.2 இலட்சத்தை எனது வங்கிக் கணக்கிலிருந்து நேரடியாகவே அனுப்பி வைத்தேன்.

பணம் அனுப்பி வைத்த நொடிக்குப் பின், ராஜையும் சுங்க வரித்துறை அதிகாரி என்று பேசிய அந்தப் பெண்ணையும் என்னால் மீண்டும் தொடர்புகொள்ளவே முடியவில்லை. இருவருடைய செல்போன்களும் ஸ்விட்ச் ஆஃப் ஆகிவிட்டன. இந்தக் காணாமல் போனவர்கள் பற்றி காவல்துறையில் புகார் செய்துவிட்டுக் காத்திருக்கிறேன். ராஜ் செய்த துரோகத்தை

என்னால் இன்றுவரை மன்னிக்க முடியவில்லை. ஆனால், இந்தக் கசப்பான நிதர்சனத்தை ஏற்றுக்கொள்வதைத் தவிர உனக்கு வேறு வழியில்லை என உள்மனதும் இப்போது சொல்லத் தொடங்கிவிட்டது. இதனால் நான் இழந்தது சில இலட்சங்கள் மட்டுமல்ல; மனிதர்கள் மீதான நம்பிக்கையும் சேர்த்துதான்.

திருட்டு என்பது தெருவில் நடந்து போகும் போது சடாரென மோட்டர் பைக்கில் வந்து கைப்பையைப் பறித்துச் செல்வது மட்டுமல்ல; இப்படிப் பல மாதங்கள் நம்மை நம்பவைத்துக் குழிபறிப்பதுவும்தான்.

சமூக ஊடகங்களின் வழியாக புதிய உறவுகளைப் பெறலாம். அதைக் கொண்டு வேறு லௌகீக பயன்களையும் பெறலாம் என நினைப்பவர்கள் சற்று விழிப்புடன் இருங்கள்.

யுஎஸ்—வேலை

பெரும்பாலும் மெசஞ்சரில் தொடர்புகொள்பவர்கள், உரையாடலைத் தொடங்கும் முன் *Hi* என்பார்கள். கொஞ்சம் மரியாதையாக விளிக்க நினைப்பவர்கள். *Hello, How are you?* என்பார்கள். அது ஆங்கிலத்தில்.

தமிழில்? பெரும்பாலும் வணக்கம்... என்பார்கள். சிலர் *Vanakkam* என ஆங்கிலத்தில், சிலர் வணக்கம். நலந்தானா? சிலர் நலந்தானா நண்பரே... என்பார்கள். நல்லவேளையாக, இதுவரை யாரும் *Hi*-ஐ தமிழ்ப்படுத்துகிறேன் எனச் சொல்லி "ஏய்" என்றோ, "ஹேய்" என்றோ சொன்னதில்லை.

வணக்கம். தோழரே எனச் சொல்லி சமீபத்தில் முகநூல் மெசஞ்சரில் ஒருவர் தொடர்பு கொண்டார்.

நான் - சொல்லுங்க...

அவர் - நீங்க இருப்பது டெக்சாஸிலா? என்றார்.

இல்லையே... (என்னுடைய ஃபேஸ்புக் முகப்புப் பக்கத்தைக் கொஞ்சம் கவனிங்க சார்).

இல்ல, ஹூஸ்டன் டெக்சாஸ்-ல் உள்ள ஒரு கம்பெனி பற்றி...

சொல்லுங்கள், கம்பெனி பற்றி...?

என் நண்பர் ஒருவருக்குச் சிறு உதவி தேவை. ஒரு தகவல் விசாரிப்பு.

என்ன உதவி சொல்லுங்க?

உங்கள் நண்பர் யாரேனும் அங்குண்டா?

நான்- (பொறுமை இழந்து) உண்டே, விசயத்தைச் சொல்லுங்கள்.

நண்பருக்கு <ஒரு நிறுவனத்தின் பெயரைக் குறிப்பிட்டு> அங்கு அவருக்கு ஒரு பணி கிடைத்துள்ளது...

மகிழ்ச்சி.

ஆனால், அவர்கள் ஆரம்ப கட்ட அலுவல்களுக்குக் கேட்கும் தொகை US $3,000/-

மூவாயிரமா? (இந்திய மதிப்பில் கிட்டத்தட்ட 2 இலட்சம்)

ஆமாம், பையன் பி.இ முடிச்சிட்டு இங்கதான் இருக்கான். பணம் புரட்ட கஷ்டப்படுறான், என்றார்.

வேலையில் சேர தொகை கேட்கிறார்கள் என்றவுடன் எனக்கு மனதுக்குள் மணியடித்தது. அதுவும், அமெரிக்கக் கம்பெனியிலா? அமெரிக்கக் கம்பெனிகள் வெளிநாட்டில் இருப்பவர்களிடம் பணம் பறிக்குமா என்ன? யோசனை ஓடியது.

மத்தியக் கிழக்கு நாடுகளில் நடப்பது போல, வெளிநாட்டு வேலை என நம்பி வந்தவர் ஒட்டகம் மேய்க்க வைத்துக் கொத்தடிமை ஆக்கப்பட்டார். கழிப்பிடங்களைச் சுத்தம் செய்ய வலுக்கட்டாயமாக ஈடுபடுத்தப்பட்டார் என்பதெல்லாம் அமெரிக்காவில் நடக்காதே என்றெல்லாம் மனம் தாறுமாறாக ஓடியது.

சந்தேகத்தோடு, இங்கு (அமெரிக்காவில்) நண்பருக்கு ஏதாவது ரெஃபெரன்ஸ் உண்டா எனக் கேட்டேன்.

இல்லை. அவர்கள் நண்பரின் லிங்டின் (Linked In) தளம் மூலமாக நேரடியாகத் தொடர்புகொண்டிருக்கிறார்கள், ஆனால், ஆபர் லெட்டர் உண்டு. அதை அனுப்பி வைத்தால் உங்களால் கம்பெனியின் நம்பகத்தன்மை பற்றி விசாரிக்க முடியுமா? என்றார்.

சரி, இமெயில் செய்யுங்கள் என்றேன்.

அவருக்கு உதவுவோம் என்ற நல்ல எண்ணத்தில் அவர் அனுப்பி வைத்த ஆவணங்களைக் கையில் வைத்துக்கொண்டு நான் எனது தேடலைத் தொடங்கினேன்.

முதலில் அவர் அனுப்பி வைத்த பணி ஆணைக் கடிதம் எனும் ஆபர் லெட்டரைப் படித்தேன். மொத்தம் ஆறு பக்கங்கள். அமெரிக்காவின் டெக்சாஸ் மாநிலத்தைத் தலைமையிடமாகக் கொண்ட அந்த நிறுவனத்தின் லெட்டர்பேடில் டைப் ஆகியிருந்தது. மேலோட்டமாகப் படித்துக்கொண்டு வரும்போதே பல அதிர்ச்சிகள். சம்பளமாக ஆண்டுக்கு 1 கோடி ரூபாய் அதுவும் இன்ஜினீயரிங் படித்து 2 ஆண்டு இந்திய அனுபவம் உள்ள பையனுக்கு (அதை இங்கே அடைய பல ஆண்டுகள் அனுபவம் தேவை). அதுவும் 100% வரிவிலக்குடன் என்று வேறு இருந்தது. அடுத்து உங்களுக்கு 75 வயது வரை நிரந்தர வேலை. ஆண்டுக்கு 45 நாட்கள் விடுப்பு எடுக்கலாம், தினமும் 1 மணி நேர மதிய உணவு இடைவேளை உண்டு என்பது போன்ற பல விசயங்கள் குறிப்பிடப்பட்டிருந்தன. எதுவும் சுத்தமாக நம்பும்படியாக இல்லை. கூடவே மலிவான சில எழுத்துப் பிழைகளும் தென்பட்டன. அந்த ஆவணத்தின் ஆங்கிலத்தரமும் அமெரிக்கத் தரத்தில் இல்லை. ஏதோ ஒன்று குறைவதாக உள்ளுணர்வு சொன்னது. ஆனால், என்னுடைய உள்ளுணர்வை மட்டும் நம்பி கிடைக்கப்போகும் நல்ல வாய்ப்பை ஒருவர் இழந்துவிடக் கூடாதே என்றொரு பதற்றமும் என்னுள் எழுந்தது உண்மை.

போதாதகுறைக்கு, அந்த ஆவணத்தில் கடைசியாக அந்த அமெரிக்க நிறுவனத்தின் மனித வளத்துறைத் தலைவர்,

நிறுவனத் தலைவர் இருவருடைய (அமெரிக்கப் பெயர்கள்) கையெழுத்தும் இருந்தது.

அமெரிக்கச் சட்டதிட்டங்களை மீறுபவர்களுக்குக் கிடைக்கும் கடுமையான தண்டனைகளைப் பற்றித் தெரிந்ததால், அமெரிக்க நிறுவனத்தின் பெயரைச் சொல்லி மோசடி செய்யும் அளவுக்கு அவர்களுக்குத் தைரியம் வந்திருக்காது என நான் உறுதியாக நம்பினேன்.

முதல்கட்டமாக, கூகுளில் அந்த நிறுவனத்தின் பெயரைக் கொண்டு தேடினேன். பல்லாயிரக்கணக்கான உலகளாவிய வலைப் பக்கங்களில் மேற்சொன்ன நிறுவனத்தின் பெயர் பாவிக்கப்பட்டிருந்தது. அதனால், அந்த நிறுவனம் ஒரு போலி அல்ல என்பது புரிந்தது.

கொஞ்சம் உள்ளே நுழைந்து பார்த்தபோது, மேற்சொன்ன நிறுவனம் அமெரிக்காவின் டெக்சாஸ் மாநிலத்தில் பல எண்ணெய்க் கிணறுகளை மேற்பார்வை செய்து வருவதையும், அதன் மூலமாக எண்ணெய், இயற்கை எரிவாயு வழங்க நாடு முழுவதும் பல ஒப்பந்தங்கள் செய்திருப்பதும் தெரியவந்துன. அந்த எண்ணெய்க் கிணறுகள் இருக்கும் இடங்களைக் கூட சில தளங்கள் குறிப்பிட்டிருந்தன. ஆனால், நிறுவனத்தின் இணையதள வடிவமைப்பு சர்வதேசத் தரத்தில் இல்லாமல் இருந்தது கொஞ்சம் சந்தேகத்தைக் கிளப்பியது.

நண்பருக்கு என்ன பதில் சொல்வது என நினைத்தபடி இலக்கில்லாமல் பல இணையதளங்களைத் துழாவியபோதுதான் அந்த அதிர்ச்சித் தகவல் கண்ணில் பட்டது.

மிகச் சொற்பமானவர்களே கூகுள் தரும் தேடல் முடிவுகளில் முதல் பக்கத்தைத் தாண்டி வரும் மற்ற இணையதளங்களைப் பார்க்கிறார்கள். இது கூகுளின் பில்லியன் கணக்கான தேடல் முடிவுகளை ஆய்வு செய்ததில் கிடைத்த தகவல்.

அதாவது நாம் கூகுள் இணையதளக் குப்பையைக் கிளறி நமக்காக மாணிக்கங்களை மட்டும் துல்லியமாக முதல்

பக்கத்தில் தந்துவிடுவதாக நினைக்கிறோம். அது எல்லாச் சந்தர்ப்பங்களிலும் சரியாக இருக்கவேண்டும் என்பது அவசியமில்லை. மேற்சொன்ன நிறுவனத்தின் விசயத்தில் அதுதான் நடந்தது.

★★★

இணையத்தில் கொஞ்சம் ஆழமாக இறங்கியபோது, ஒரு தளம் மேற்சொன்ன நிறுவனம் சில ஆண்டுகளுக்கு முன் தொழிலில் ஏற்பட்ட நட்டத்தின் காரணமாகத் திவாலாகிவிட்ட செய்தியைச் சொன்னது. விசயம் லேசாகப் புரிபட ஆரம்பித்தது. நான் மேலும் உள்ளே கொஞ்சம் ஆழமாக இறங்கினேன். அதன்படி, டெக்சாஸ் மாநிலத்தில் அந்த நிறுவனம் இருந்தது உண்மைதான். அவர்கள் பல ஆண்டுகள் வெற்றிகரமாகத் தொழிலில் இருந்ததும் உண்மைதான். ஆனால், அந்த நிறுவனம் சில ஆண்டுகளுக்கு முன் சந்தித்த கடுமையான நிதிப் பிரச்சினையால் நலிவடைந்து திவாலாகி மஞ்சள் நோட்டீஸ் அறிவித்து விட்டனர். திவாலான அந்த நிறுவனத்தின் பெயரை வைத்து யாரோ விளையாடுகிறார்கள் என்பது புரிந்தபோது அதிர்ச்சியாக இருந்தது.

அடுத்து, இந்த ஆபத்தான விளையாட்டில் இறங்கியுள்ள அந்த அமெரிக்கர்களைப் பற்றித் தெரிந்துகொள்ளும் ஆர்வம் தொற்றிக்கொண்டது. யார் அவர்கள், அந்த நிறுவனத்தோடு நேரடித் தொடர்பு கொண்டவர்களா? அப்படியென்றால் எந்த விதத்தில்? முன்னாள் ஊழியர்களா? இதுவரை அவர்கள் எத்தனை பேரை ஏமாற்றி இருப்பார்கள் என இன்னும் பல கேள்விகள். நண்பரிடம் விசயத்தை நேரடியாகச் சொல்லாமல் இது சம்பந்தமாக மீதமிருந்த அனைத்து இமெயில் தொடர்புகள், ஆவணங்களையும் சேர்த்து அனுப்பச் சொன்னேன்.

வந்தது. சுமார் பத்து இமெயில்கள். முதலில் வேலையில் சேர விருப்பமா எனக் கேட்டது. அதற்கு நண்பர் ஒத்துக்கொண்டது. பின், பேக்ரவுண்ட் செக் எனும் பின்புல விசாரணை செய்ய வேண்டும் எனச் சொன்னது. அதற்கான ஆவணங்கள்.

முக்கியமாக விசாவிற்குப் பணம் என 10 நாள் கெடு விதித்திருந்த இமெயில் என எல்லாம் பக்காவாக இருந்தது. அது மட்டுமல்லாமல், இந்தத் தொடர்புகள் அனைத்தும் நடந்தது திவாலான கம்பெனியின் இமெயில் முகவரியில் இருந்து.

என்னுடைய புலனாய்வு மூளை விழித்துக்கொண்டது. ரம்மி ஆட்டம் ஆடும் முன் சீட்டுக்கட்டுகளை ஒழுங்குபடுத்தி அடுக்குவது போல, என்னிடம் இருந்த எல்லாத் தரவுகளையும் ஒழுங்குபடுத்தினேன்.

அதன்படி, அமெரிக்காவில் பல ஆண்டுகள் நன்றாக இயங்கிய நிறுவனத்தின் இணையதள முகவரி, இமெயில் இவற்றை வைத்துக்கொண்டு போலி நபர்கள் சிலர் மோசடியில் இறங்கி இருக்கிறார்கள். நிறுவனத்தின் தளம், இமெயில் முகவரி போன்றவை சரியாக இருப்பதால், வெளியில் இருந்து பார்க்கும் சாதாரணமானவர்களுக்கு அந்த நிறுவனம் தொடர்ந்து நல்ல நிதி நிலையுடன் இயங்கிக்கொண்டிருப்பது போலத் தோன்றும்.

சரி, பழைய இணையதளம், இமெயில் என்பதெல்லாம் சரிதான். அவற்றை யார் வேண்டுமானாலும் பணம் கொடுத்துப் பதிவு செய்யலாம். ஆனால், அவர்கள் தொடர்புக்காகக் கொடுத்த அமெரிக்க முகவரி, போன்..?

முதலில் முகவரியைத் தேடியபோது அது டெக்சாஸ் மாநிலத்தில் உள்ள ஆஸ்டின் நகரில் உள்ள ஒரு நிறுவனத்தைக் காட்டியது. அதாவது, போலியான முகவரி. சரி, போன்? அது ஆஸ்டின் நகரத்தில் பதிவுசெய்யப்பட்டிருந்தது (அமெரிக்காவில் கைபேசி எண்களின் முதல் மூன்று இலக்கங்கள் ஏரியாவைக் குறிக்கும். எ.கா. 512 Austin Area Code).

இதில், மொத்தமாக மூன்று எண்கள் சம்பந்தப்பட்டிருந்தன. ஒன்று, நிறுவனத்தின் நேரடித் தொலைபேசி எண், இரண்டாவது எண் ஹெச்ஆர் எனும் மனிதவளத் துறைத் தலைவருடையது. மூன்றாவது சட்ட வல்லுநர் எனக் குறிப்பிடப்பட்டிருந்தது அது டல்லாஸ் எண். அதாவது, இரண்டு நபர்கள். மூன்று தொலைபேசி எண்கள்.

சரி, யார் இவர்கள். எங்கிருக்கிறார்கள். அடுத்து என்ன செய்வது? நண்பரிடம் அதை உடைத்துச் சொல்லிவிட்டு நாம் அமைதியாகப் போய்விடுவதா. இல்லை இதுபற்றி அமெரிக்கக் காவல் துறையிடம் புகார் அளிப்பதா இல்லை சம்பந்தப்பட்ட நபர்களை நேரடியாகத் தொடர்புகொண்டு பார்ப்பதா? குழப்பமாக இருந்தது.

முதலில் அவர்கள் கொடுத்த அலுவலக எண்ணைத் தொடர்பு கொண்டேன். எதிர்முனையில் மணி அடித்தது எடுக்க ஆள் இல்லை. பதிலாகத் தானியங்கி இயந்திரக்குரல் பதிவுக்குரல் கூட வரவில்லை. அது ஒரு ஞாயிற்றுக்கிழமை என்பதால் அடுத்த நாள் தொடர்புகொண்டபோதும் பதிலில்லை.

அடுத்து மீதமுள்ள இரண்டு எண்களும் கைபேசி எண்கள் என்பதை அறிந்துகொண்டதால், அவற்றை என்னுடைய எண்ணில் இருந்து நேரடியாக அழைத்துப் பேசக் கொஞ்சம் தயக்கமாக இருந்தது. அதனால், முதலில் ஆஸ்டின் எண்ணுக்கு ஒரு குறுஞ்செய்தி அனுப்பினேன். அதில், உங்களுடைய எண் என்னுடைய இந்திய நண்பர் (பெயரைக் குறிப்பிட்டு) வழியாகக் கிடைத்தது, அவருடைய விசா செலவுக்கு அமெரிக்காவில் வசிக்கும் நான் பணம் அனுப்புகிறேன் விவரங்கள் தர முடியுமா எனக் கேட்டு வலைவிரித்தேன்.

என்னுடைய குறுஞ்செய்திக்கு 30 நிமிடத்தில் பதில் வந்தது. மகிழ்ச்சி, நீங்கள் எங்களுடைய கணக்குக்குப் பணம் அனுப்புங்கள் என *Western Union*-விவரங்களைக் கொடுத்தார்கள். *Western Union* எண்ணைத் தந்த உடனே அது ஏமாற்று வேலை எனப் புரிந்தது. உலகம் முழுவதும் பல நிதிமோசடிகள் வெஸ்டர்ன் யூனியன் பணப் பரிமாற்றச் சேவையில் நடப்பதால் இந்த நபர்கள் எங்கிருந்து செயல்படுகிறார்கள் என்பதை அறிந்துகொள்ள நினைத்தேன்.

ஏனென்றால், அமெரிக்க எண்ணைப் பயன்படுத்துபவர்கள் அமெரிக்காவில் இருக்கவேண்டிய அவசியமில்லை. நம்மூர் அயனாவரத்தில் இருக்கும் ஒரு நபர் ஆஸ்டின்

நகரின் தொலைபேசி எண்ணை இணையம் வழியாகப் பயன்படுத்த இயலுமே. அதைக் கண்டுபிடிக்க ஒரு யுக்தியைப் பயன்படுத்தினேன். அதன்படி, ஒருவர் தனக்கு இமெயில் அல்லது குறுஞ்செய்தியில் வரும் ஒரு லிங்க் எனும் இணைப்பைச் சொடுக்கினால் அந்த நபர் எந்த நாட்டில் இருக்கிறார் என்பதைச் சொல்லும் வழியைக் கடைப்பிடித்தேன் *(https://grabify.link)*

அதன்படி ஒரு புது இணைப்பை உருவாக்கி, இதோ, நீங்கள் சொல்லும் *Western Union*-எண் இதுதானா என்பதை உறுதி செய்யுங்கள் என அந்த லிங்கைப் பதிலாக அனுப்பி வைத்தேன். அதைச் சொடுக்கினால், மேற்கண்ட நபர் எங்கிருக்கிறார் என்பதை மிகச் சரியாகச் சொல்லிவிடும்.

அதன் பதிலுக்குக் காத்திருக்கும் வேளையில், அடுத்து டெலாஸ் எண்ணை வைத்திருந்த இரண்டாவது நபருக்கு முதல் நபருடைய பெயரைக் குறிப்பிட்டு அவர் பணம் கேட்கிறார் தரலாமா? என ஒரு குறுஞ்செய்தி அனுப்பினேன். தாராளமாக எனப் பதில் வந்தது. சரி, வங்கிக் கணக்கைச் சரிபாருங்கள் என லிங்க் எனும் அல்வாத் துண்டை அவருக்கும் நீட்டினேன். அவரும் அந்த இணைப்பைச் சொடுக்கினார்.

அமெரிக்காவின் ஆஸ்டினில் இருக்கிறேன். டலாஸ் நகரில் இருக்கிறேன் எனச் சொன்ன அந்த நபர்கள் இருந்த நாடு எது தெரியுமா? நைஜீரியா. ஆமாம். அவர்கள் நைஜீரியா திருடர்கள். *grabify* தளம் அவர்கள் பயன்படுத்தும் பிரௌசர், இணைப்பைச் சொடுக்கிய நேரம், அவருடைய ஐபி, இணையசேவை நிறுவனம் *(ISP)* போன்றவற்றைச் சரியாகக் காட்டியது.

அமெரிக்க நிறுவனத்தின் மனிதவளத்துறை ஊழியர் என்றும், அமெரிக்கக் குடியேற்ற வழக்கறிஞர் என்றும் சொல்லிக்கொண்ட இருவரும் சொல்லிவைத்தாற்போல நைஜீரியா சென்றிருக்கவேண்டிய அவசியமில்லை. அதனால், கண்டிப்பாக இருவரும் நைஜீரியாவில் இருந்து இயங்கும் மோசடிகள் என்ற முடிவுக்கு வந்தேன்.

அது மட்டுமின்றி நண்பர் அனுப்பிய ஆவணங்களில் முக்கியமான ஒன்று. அமெரிக்கக் குடிவரவுத் துறையின் பெயரில் அவர்கள் தயாரித்து அனுப்பியிருந்த போலி விண்ணப்பப் படிவம். அதற்கு முன் அமெரிக்க அரசின் பெயரில் இந்தியாவில், அதுவும் தமிழ்நாட்டில் மோசடி என்பதைக் கற்பனை செய்துகூடப் பார்த்ததில்லை.

கொஞ்சம் உற்று கவனித்தால் பல்லாண்டுகளாக வெளிநாடுகளில் வசிக்கும் என் போன்றவர்களின் கண்களுக்கு அது போலியான ஆவணம் என்பது தெரிந்துவிடும். ஆனால், வெளி உலகம் தெரியாத நபர்களுக்கு?

இங்கே சில படிப்பினைகள்- இனி, லிங்கிடின்-ஆக இருந்தாலும் அமெரிக்க வேலை, ஆஸ்திரேலிய வேலை, கனடா வேலை என்றெல்லாம் எவரேனும் தொடர்புகொண்டால் தீர விசாரித்த பின்பே விண்ணப்பிக்கவும். பணம் கொடுத்தால் கிரீன் கார்டு, சிட்டிசன் ஷிப் என்று ஆசைவார்த்தை காட்டினால் கவனமாக இருங்கள். அமெரிக்காவில் 15 ஆண்டுகளாக நிரந்தரக் குடியுரிமை எனும் கிரீன் கார்டுக்காகக் காத்திருக்கும் முழுத்தகுதி வாய்ந்த நண்பர்கள் பலரை எனக்குத் தெரியும். யதார்த்தம் அப்படி இருக்கும்போது, 3000 டாலர் கட்டினால் உடனே அமெரிக்கக் குடியுரிமை என்பதெல்லாம் நம்பும்படியாகவா இருக்கிறது? அதனால், தீர விசாரியுங்கள்.

அறம் காத்தல்

2019 நவம்பர் இறுதியில் ஒருநாள். மதிய வேளை. அலுவலகத்தில் இருந்தேன். பெண் நண்பர் ஒருவரிடமிருந்து எனக்கு வாட்ஸ்-அப்பில் ஒரு குறுஞ்செய்தி வந்தது. அதை அனுப்பியவர் ஒரு தமிழர். பல ஆண்டுகளாகப் பழக்கம். அமெரிக்காவில் இருந்த அவர் தற்போது இந்தியாவில் வசிக்கிறார். தமிழ்ச் சங்கங்களில் கூடப் பொறுப்பில் இருந்தார். அப்போது அலுவலக அவசரத்தில் அந்தச் செய்தியை உடனே திறந்து படிக்கமுடியவில்லை. நேரம் கிடைத்தபோதுதான் கவனித்தேன்.

இரண்டு செய்திகளை அனுப்பி இருந்தார். முதல் குறுஞ்செய்தியில் "இன்று மாலை 6 மணிக்குள், (நான் அட்மினாக இருந்த) ஒரு முகநூல் குழுமத்தின் பெயரைக் குறிப்பிட்டு அதன் அட்மின் பதவியில் இருந்து நீ உடனடியாக விலகி விடு. இன்று மாலை உன்னை போனில் அழைத்து விவரங்களைச் சொல்கிறேன்" என்றிருந்தது.

அடுத்து இருந்த குறுஞ்செய்தியில், "அட்மின் பொறுப்பில் இருந்து வெளியேறுவது பற்றி நீங்க யாரிடமும் சொல்ல வேண்டியதில்லை. நைசாக வெளியே வந்துவிடவும்" என்றும் இருந்தது.

எந்தவொரு பின்புலமும் இல்லாமல் இப்படித் திடீரென ஒரு செய்தியைப் பார்த்த எனக்குப் பெரிய குழப்பம். நான் எதற்காக அட்மின் பொறுப்பில் இருந்து விலக வேண்டும். உரிய காரணம் எதுவும் இல்லை. சரி பார்ப்போம் என அதை ஓரங்கட்டிவிட்டு அலுவலக வேலையில் மூழ்கிவிட்டேன்.

மாலை வீடு திரும்பும்போதுதான் கவனித்தேன். மேலே சொன்ன அதே நண்பர் என்னுடன் போனில் பேசப் பல முறை தொடர்புகொள்ள முயற்சி செய்திருக்கிறார். ஆனால், முடியவில்லை. அதனால், குரல் செய்தி (வாய்ஸ்-மெசேஜ்) அனுப்பியிருந்தார்.

ஏதோ முக்கியம் என்று மட்டும் தெரிந்தது. காரை இயக்கியபடியே அந்தச் செய்தியை ஒலிக்கவிட்டுக் கேட்டேன். ஏதோ அவசரத்தில் இருந்திருப்பார் போல. கொஞ்சமாகப் பேசி இருந்தார். முகநூல் குழுமம் தொடர்பாக அமெரிக்க மண்ணில் இருந்து செயல்படும் *FBI*-யின் (சைபர் பிரிவு- *FBI Cyber Division*) சட்ட நடவடிக்கை பற்றிப் பேசி இருந்தார்.

அதற்குள் விரிவாகப் போவதற்கு முன் மேலே நண்பர் குறிப்பிட்ட முகநூல் குழுமத்தைப் பற்றிக் கொஞ்சம் சொல்லிவிடுகிறேன். நண்பர் பேசியது 2019 நவம்பர் இறுதியில். அதற்கு இரண்டு ஆண்டுகளுக்கு முன் நான் அமெரிக்காவின் கிழக்கு மாகாணத்தில் இருந்து பேசுகிறேன் என ஒரு தமிழ்ப் பெண்மணி (பிரியா) என்னிடம் அறிமுகம் செய்து கொண்டார். அமெரிக்காவில் தமிழ் எழுத்துகளை ஊக்குவிக்கவும் பகிர்ந்து கொள்ளவும் ஒரு முகநூல் குழுவைத் தொடங்கி இருக்கிறேன். அதில் நீங்களும் அட்மினாக (நிர்வாகி) இணைந்துகொள்ளச் சம்மதமா? என முகநூல் உள்பெட்டியில் வந்து கேட்டார். அப்போது, அவர் தன்னுடைய முகநூல் கணக்கில் சுய புகைப்படத்தைக் கூட வைத்திருந்ததாக நினைவில்லை. என்ன ஏது எனத் தெரிந்துகொள்ள வேண்டுமே என்றபோது, அவரே என்னை போனில் அழைத்துப் பேசினார்.

நோக்கம் அமெரிக்கத் தமிழர்களை இணைக்கும் வண்ணம்

இருந்ததால் இணைய சம்மதித்தேன். அது மட்டுமில்லாமல், அமெரிக்கச் செய்திகள் தமிழில் எழுதப்படுவது நல்லது. புதியவர்களை உற்சாகப்படுத்தும் என்றும் நினைத்தேன். நாங்கள் இருவரும் நிர்வாகிகளாக இணைந்து செயல்படத் தொடங்கினோம். குழுவில் இணைய விரும்புபவர்கள் தமிழில் தொடர்ச்சியாக எழுதுபவர்களாக இருக்கவேண்டும் என்பதைத் தவிர பெரிய வடிகட்டல் எதுவும் இல்லை. இருவரும் நிர்வாகிகள் என்பதால் குழுவுக்குள் வருபவர்களுக்கு இருவரும் மாறி மாறி ஒப்புதல் அளித்து இணைத்துக் கொண்டோம்.

அமெரிக்கா என்றில்லாமல் தமிழகம் உட்பட பல நாடுகளில் இருந்து பலர் இணைந்தனர். பெரும்பாலும் கவிதை, கட்டுரைகள் தான் ஆரம்பத்தில் பகிரப்பட்டன. இந்த நேரத்தில் 2017-ஆம் ஆண்டினைப் பற்றி இங்கே கொஞ்சம் பேசவேண்டும். தமிழகத்தைப் பொறுத்தவரை 2017 என்பது கொஞ்சம் கொந்தளிப்பான காலகட்டம் எனலாம். 2016-ல் அப்போதைய முதல்வராக இருந்த ஜெயலலிதா நோய்வாய்ப்பட்டு 72 நாட்கள் மருத்துவமனையில் இருந்து டிசம்பர்-5 இல் இறந்ததாக அறிவிக்கப்படுகிறார். ஆளுங்கட்சிக்கு எதிராகப் பரவலாக அதிருப்தி நிலவிய நேரம்.

அந்த ஆண்டு ஜனவரியில் பொங்கல் விழாவை ஒட்டி நடக்கும் ஜல்லிக்கட்டுக்குத் தடை விதிக்கப்படுகிறது. அதன் ஆதரவாளர்கள் மதுரையில் கைது செய்யப்படுகிறார்கள். அடுத்து மெரினாவில் இளைஞர் கூட்டம் ஒன்று கூடித் தனது எதிர்ப்பைத் தெரிவிக்கிறது. விவகாரம் மெல்ல மெல்ல சூடு பிடிக்கிறது, ஜல்லிக்கட்டிற்கு ஆதரவாகத் தமிழ்நாட்டிலும், தமிழ்நாட்டுக்கு வெளியேயும் மிகப்பெரிய எழுச்சி அலை தோன்றுகிறது.

புரட்சிச் சிந்தனையோடு இன்றைய தேவை மாற்றம் ஒன்றே, உரிமைக்குக் குரல் கொடுப்போம் என்ற வேகத்தோடு பல இலட்சம் இளைஞர்கள் தெருவில் இறங்குகிறார்கள். ஊடக கவனம் பெறுகிறது. அரசியல் கட்சிகளும், பிரபலங்களும்

போராட்டத்துக்கு ஆதரவு தெரிவிக்கிறார்கள். விவகாரம் சர்வதேசக் கவனம் பெறுகிறது. அன்று அப்படி அறவழியில் உரிமை வேண்டி மிகுந்த நம்பிக்கையோடு எழுந்த அந்தப் போராட்டம், வஞ்சகமாகச் சில நாட்களில் மடைமாற்றப்பட்டு வன்முறையில் முடித்து வைக்கப்பட்டது அனைவரும் அறிந்ததே.

இன்று தை எழுச்சி, மெரினாப் புரட்சி, இளைஞர்கள் புரட்சி என்றெல்லாம் ஊடகங்களால் பேசப்படும் அந்த எழுச்சிக்குச் சமூக ஊடகங்களின் பங்கு அளப்பரியது. அதுவரை கைபேசிகளையும், முகநூல், டிவிட்டர், வாட்ஸ்-அப் போன்ற சமூக ஊடகங்களை வெறும் பொழுதுபோக்கு, தொலைத் தொடர்பு சாதனம் எனும் மக்கள் பார்வையை, அரசின் பார்வையைக் கூட முற்றிலுமாக மாற்றியதில் ஜல்லிக்கட்டு எழுச்சிக்கு முக்கியப் பங்கு இருக்கிறது.

போராட்டக்காரர்கள் சமூக ஊடகங்களைத் தங்கள் போராட்டத்துக்கு ஆதரவு திரட்ட, ஒருங்கிணைக்க, கருத்துகளைப் பரிமாற மிகச் சரியாகப் பயன்படுத்திக் கொண்டார்கள். அதுவரை காமாசோமாவென்றிருந்த பல சைபர் சட்டங்கள் கூடப் பின்னால் வந்த நாட்களில் மிகக் கடுமையாக்கப்பட்டன என்றும் கூடச் சொல்லலாம்.

உதாரணமாக, போராட்டத்தின்போது, மெரினா கடற்கரையில் இரவில் கூடி இருந்த பல இலட்சக்கணக்கான இளைஞர்கள் தங்கள் கைபேசியில் (செல்போன் டார்ச்) உள்ள விளக்கினை உயர்த்திக் காட்டி அசைக்கும் புகைப்படங்களைப் பார்த்திருப்பீர்கள். அது தங்கள் எதிர்ப்பைத் தெரிவிக்க மெழுகுவர்த்தி ஏந்திப் போராடும் கூட்டத்தோடு ஒப்பிடும் வகையிலேயே இருந்தது. அப்போது, இளைஞர்கள் கையில் சுமந்து திரியும் கைபேசிகள் அரசுக்கு எதிராகத் திரும்பும் ஆயுதங்கள் என ஆட்சியாளர்கள் புரிந்துகொண்டார்கள்.

அன்று சமூக ஊடகங்களின் சர்வதேச வீச்சையும் பலர் புரிந்து கொண்டனர். அதுவரை, தமிழகத்துக்குள் தொடங்கி அங்கேயே முடிந்த பல விவகாரங்கள் சமூக ஊடகங்களின் வழியாக

உலகத் தமிழர்களின் கவனம் பெற்றது. அதற்காக, புலம்பெயர்ந்த மக்கள் அதுவரை தமிழகத்தில் நடக்கும் அரசியலை விட்டு முற்றிலும் ஒதுங்கியிருந்தார்கள் எனச் சொல்ல முடியாது. ஆனால், நேரடியாக ஈடுபட இயலாமல், எந்தவிதப் பெரிய தாக்கத்தையும் ஏற்படுத்த முடியாமல் இருந்தனர்.

அப்போது அமலுக்கு வந்த ஜல்லிக்கட்டுத் தடை என்பது தங்களுடைய பாரம்பரியத்துக்கு எதிரான அடக்குமுறை எனும் கருத்தியல் பரவியதால் அயல்நாட்டுத் தமிழர்கள் ஒன்றுதிரண்டு அதை உலக மக்களின் கவனத்துக்குக் கொண்டு சென்றனர்.

ஜல்லிக்கட்டுப் போராட்டம் நிகழ்ந்த ஜனவரி மாதம் என்பது பெரும்பாலான மேற்கு நாடுகளில் கடுங் குளிர்காலம். ஆனால், அந்தக் கடுங்குளிரையும் பொருட்படுத்தாமல் தமிழர்கள் தங்கள் குடும்பங்களோடு கைகளில் க்ளவுஸ், குளிருக்கான கோட்டுகள் அணிந்துகொண்டு இதற்கென ஒன்றுதிரண்டு "அனுமதி வேண்டும்" எனக் குரல் எழுப்பினார்கள். அந்த நிழற்படங்கள் சமூக ஊடகங்களில் நிரம்பிவழிந்தன. அமெரிக்காவில் கூட டைம்ஸ் ஸ்கொயர் உள்ளிட்ட முக்கிய இடங்களில் பல தமிழர்கள் ஒன்றுகூடிப் பாரம்பரியத்தைக் காக்கத் தங்கள் ஆதரவைத் தெரிவித்தனர். அயல்நாடுகளில் உள்ள இந்தியத் தூதரகங்களில் தமிழர்களின் கோரிக்கை மனுக்கள் குவிந்தன. தனி ஈழ விவகாரத்தைத் தவிர்த்து இப்படி உலகத் தமிழர்களை மிகப்பெரிய அளவில் ஒரே குடையின் கீழ் இணைத்த முதல் நிகழ்வு ஜல்லிக்கட்டுப் போராட்டம் என்றே நினைக்கிறேன்.

2017-ஜனவரியில் நடந்த இந்த மெரினா புரட்சியை 2011-ஆம் ஆண்டு மத்திய கிழக்கு நாடுகளில் நடந்த அரபு எழுச்சி (*Arab Spring*) யோடு கூட ஒருவிதத்தில் ஒப்பிடலாம். அரபு எழுச்சி என்பது பெரும்பாலான மத்தியக் கிழக்கு நாடுகளின் நெடுங்கால சர்வாதிகார ஆட்சியாளர்களை எதிர்த்து இளைஞர்களும், பொது மக்களும் தெருவில் இறங்கிப் போராடிய பல போராட்டங்களைக் குறிப்பிடுகிறார்கள். துனீசியா-வில் முதலில் வெடித்த அந்தப் போராட்டம். மற்ற நாடுகளுக்குத் தீ போல பரவ முக்கியக் காரணம் சமூக ஊடகங்களே.

அதுபோல, 2017-செப்டம்பர் 1 அரியலூர் மாணவி அனிதா தனது மருத்துவக் கனவு நிறைவேறாததால், தற்கொலை செய்துகொள்கிறார். மத்திய அரசு கொண்டு வந்த நீட் தேர்வுக்கு எதிராக உச்ச நீதிமன்றம் வரை சென்று போராடிய அனிதாவின் மரணம் தமிழகத்தில் பலத்த கவனம் பெற்றது. கல்வியே கடைசி ஆயுதமென நம்பும் ஏழை எளிய மக்கள் நீட் எனும் தேர்வினால் வஞ்சிக்கப்படுவதாகப் பலர் சமூக ஊடகங்களில் தங்கள் உள்ளக் குமுறல்களைப் பதிவு செய்தனர். அரசியல் கட்சிகளும் இதற்குக் கண்டனம் தெரிவிக்கின்றன. மாணவியின் மரணத்திற்கு மத்திய மாநில அரசுகளே காரணம். நீட் தேர்வை உடனடியாக ரத்து செய்ய வேண்டும் எனவும் போராட்டங்கள் வெடித்துத் தமிழகம் முழுவதும் பதற்றமான சூழல் உருவானது.

தமிழகம் மற்றும் புதுச்சேரியில் பூதாகரமாக வெடித்த அந்த விவகாரம் இங்கே அமெரிக்க மண்ணிலும் எதிரொலித்தது. அமெரிக்காவின் அட்லாண்டா, நியூஜெர்சி, டெட்ராய்ட், டல்லாஸ், செயிண்ட் லூயிஸ், நெவார்க்(டெலவர்) ஆகிய நகரங்களில் மெழுவர்த்தி ஏந்திப் பல இரங்கல் கூட்டங்கள் நடந்தன.

நான் மேற்சொன்ன பிரியா அனிதாவின் மரணத்தை முன் வைத்துத் தனது நண்பர்கள் சிலரைத் திரட்டிக்கொண்டு நியூயார்க்கில் களம் இறங்குகிறார். நிற்க. களம் இறங்குவது என்றால், அசலாகக் களம் இறங்குவது. ஆமாம், டிஜிட்டல் புரட்சி அல்ல. சும்மா சில நிமிடங்கள் கோசமிட்டுவிட்டுப் படம் எடுத்துச் சமூக ஊடகங்களில் பந்தாவாக விளம்பரம் செய்துவிட்டு நடையைக் கட்டுவது அல்ல.

மொட்டை வெயிலில் கையில் பதாகைகளுடன் காலை முதல் மாலை வரை இந்தியத் தூதரகத்தின் முன் நின்றபடி தொடர்ச்சியாக அரசு எதிர்ப்புக் கோசங்களை எழுப்புகிறார். அங்கேயே கவிதை எழுதி வாசிக்கிறார். போராட்ட வீடியோக்களைப் பகிர்கிறார். டிவிட்டர், முகநூல், வாட்ஸ்-அப்- குழுமங்களை உருவாக்கித் தகவல்களைப் பரப்புகிறார்.

கூட்டத்தைச் சேர்க்கிறார். இப்படித் தொடர்ச்சியாக இரண்டு நாட்கள் தொடர் போராட்டம். இந்தப் போராட்டத்தின் போது தான் அவருடைய முகத்தைப் பார்த்தேன் என நினைக்கிறேன். அவர் பார்ப்பதற்கு 1980-களில் புகழ்பெற்றிருந்த தமிழ்நடிகை ஒருவரின் சாயலில் இருந்தார். அது மட்டுமல்லாமல், பிரியா தனது கொள்கை உறுதிப்பாடு; ஆளுமைத் தன்மை; தெளிவான உச்சரிப்பு; உணர்ச்சிபூர்வமான பேச்சு எனும் திறமைகளால் பலருடைய கவனத்தைப் பெற்றார்.

அமெரிக்கத் தமிழர்கள் வட்டத்தில் குறிப்பாக கிழக்குக் கடற்கரைப் பகுதிகளில் உள்ளவர்கள் யார் இவர் (பிரியா)? எனத் திரும்பிப் பார்க்க வைத்த போராட்டம் என்றால் அது அவருடைய இந்த நீட் எதிர்ப்புப் போராட்டம்தான்.

நீட் விவகாரத்தில் கவனம் பெற்ற அவருக்கு உடனடியாக ஒரு தமிழ் அன்பரால் மிகப்பெரிய பொறுப்பு ஒன்று கையில் தரப்பட்டது. அது பல மில்லியன் அமெரிக்க டாலர்கள் நிதி திரட்டும் பொறுப்பு. ஆமாம், அவர் அடுத்து கையில் எடுத்தது அமெரிக்க மண்ணில் தமிழுக்காக ஒரு நல்ல காரியம் செய்யத்தான்.

அது தமிழின் வரலாறு, மொழி, இலக்கியம் மற்றும் தமிழ்க் கலாச்சாரம் தொடர்பான ஆய்வுக்குப் பெரிதும் உதவியாக இருக்கும் எனும் நோக்கில் அந்த முயற்சி முன்னெடுக்கப்பட்டது.

ஊர் கூடித் தேர் இழுப்போம் எனும் தத்துவத்தில் தமிழ அன்பர்களிடம் நிதி திரட்டப்பட்ட அந்த முன்னெடுப்பு பிரியா இணைந்த பின் இன்னும் கூடுதல் கவனம் பெற்றது. அதுவரை, நிதி மிகுந்தவர் பொற்குவை தாரீர், நிதி குறைந்தவர் காசுகள் கொடுப்பீர் என அங்கொன்றும் இங்கொன்றுமாக இசை நிகழ்ச்சிகள் மூலமாகத்தான் நிதி திரட்டப்பட்டு வந்தது. அதற்குப் புத்துயிர் ஊட்டும் விதமாகச் சமூக ஊடகங்களில் பிரியா இதைச் சிறப்பாக முன் எடுத்துச் சென்றார்.

உதாரணமாக, நண்பர்கள் உதவியுடன் தினமும் காலையில் பல

நூறு டிவிட்டர் கணக்கு, குறுஞ்செய்திகளுடன் களம் இறங்கி ஹேஷ்டேக் (#) செய்து தொடர்ச்சியாகத் திட்டம் தொடர்பாக ட்வீட் செய்வது. அதில் "சிபிசக்கரவர்த்தி தொடையைப் புறாவிற்குத் தந்தான் அன்று. தமிழுக்குக் கொடை தருவீரா இன்று?" என்பது போன்ற கேள்விகளை முன்வைப்பது. ஒரு 100 டாலர்கள் கொடுங்கள் இல்லை இதைக் கீச் கீச் tweet செய்தும் உதவலாமே? எனப் பொது மக்களிடம் கோரிக்கை வைப்பது. அடுத்து, பிரபலங்களை டேக் செய்து ட்வீட் செய்து அவர்களுடைய கவனத்தைப் பெறுவது. அவர்களிடம் நேரடியாகவே வேண்டுகோள் வைப்பது, வாட்ஸ்-அப், முகநூலில் பகிர்வது எனச் சமூக ஊடகங்களில் பரவலாக டிரண்டிங் செய்தார். அதுமட்டுமல்லாமல், தமிழக ஊடக கவனமும் சேர்ந்து இது தொடர்பான செய்திகள் உலகத் தமிழர்களைச் சென்றடைந்தன.

கூடவே, தமிழர்களின் பல நிகழ்ச்சி மேடைகளில் தோன்றி இந்தத் திட்டம் தொடர்பாகப் பேசுவது, கவிதை வாசிப்பது என உள்ளூரில் அமெரிக்க டாலர்கள் சேகரித்துத் தரும் பொறுப்பையும் பிரியா சிறப்பாகவே செய்தார்.

இப்படிச் சமூக ஊடகத்தால் வெளிச்சம் பெற்று வளர்ந்த பிரியா அதே ஊடகங்கள் தந்த கடும் நெருக்கடியால்தான் சட்டச் சிக்கல்களைச் சந்தித்து மிகுந்த மன உளைச்சலுக்கு ஆளாகி வீழ்ச்சி அடைந்தார்.

அதற்குக் காரணம் ஓர் அமைப்பு அல்ல. சில தனி நபர்கள். யார் அவர்கள்?

அவர் மீது குற்றஞ்சாட்டி சமூக ஊடகத்தில் முதல் கல்லை எறிந்தவர் அமெரிக்கா வாழ் தமிழர். ஆனால், அவரும் ஒரு சர்ச்சைக்குரியவரே. யார் அவர்? அவர் முன்வைத்த குற்றம்தான் என்ன? பார்ப்போம்.

★★★

தமிழுக்கு நிதி என முதலில் வெளியில் கேட்டபோது பலரிடம்

இருந்து வந்த பதில் அல்லது குற்றச்சாட்டு என்பது இதுதான். "தமிழ்நாட்டில் தமிழ் படிக்க, பேச ஆள் இல்லை. அதைச் சரிசெய்து தமிழுக்குத் தமிழ்நாட்டில் சிறப்பான எதிர்காலத்தை உறுதி செய்யாமல் வெளிநாட்டு அமைப்புக்கு உதவி செய்து என்ன பயன்?" என்றார்கள்.

அந்த ஆதாரமான கேள்வியைக் கடந்தே அமைப்பினர் பொதுவெளியில் நிதி திரட்ட வேண்டி இருந்தது. அது மட்டுமல்லாமல் பண விவகாரம் அதுவும் சமூகத்தின் பணம் என்றால் சர்ச்சை இல்லாமல் இருக்குமா என்ன?

அந்தச் சர்ச்சையைப் பெரிய அளவில் ஊடக கவனம் பெறச் செய்தவர் ஓர் அமெரிக்கத் தமிழர். தமிழ்நாட்டில் ஒரு தமிழ்க் குடும்பத்தில் பிறந்த அவர் இன்று ஒரு வெற்றிகரமான தொழில் அதிபர். அவர் அமெரிக்காவின் மிகப் புகழ்பெற்ற பல்கலைக்கழகத்தில் பயின்று முனைவர் பட்டம் பெற்றவரும் கூட. தனது கண்டுபிடிப்பான ஓர் இணையத் தொழில்நுட்பத்தை அமெரிக்கக் கார்பரேட் நிறுவனங்கள் திருடிக்கொண்டதாகக் காப்புரிமை பிரச்சினையை நீதிமன்றங்களிலும், அமெரிக்க மைய ஊடகங்களில் கிளப்பி சர்ச்சை ஏற்படுத்தியவர்.

பிறகு, தனது அரசியல் ஆர்வத்தால் அமெரிக்கத் தேர்தலிலும் போட்டியிட்டவர். இவர் சர்ச்சையான பல விசயங்களைப் பேசிப் பேசித் தொடர்ச்சியாக அமெரிக்க ஊடக வெளிச்சம் தன்மேல் எப்போதும் இருக்கும்படி பார்த்துக் கொள்வார்.

அவருடைய கூற்றுப்படி, மிகப் பழமையான தமிழ் ஒரு செம்மொழி.... அதற்காகத் தமிழர்களிடம் நிதி திரட்டுவது என்பது ஒரு மோசடி. கூடவே விலை மதிப்பில்லாத அரிய தமிழ் பொக்கிசங்களை வெளிநாட்டினர் திருட இது ஒரு வாய்ப்பு.

அமெரிக்க அமைப்பு தங்களை வளப்படுத்திக் கொள்ளவே இவ்வளவு பெரிய நிதியைத் தமிழர்களிடம் வசூலிக்கிறார்கள். இது மிகப்பெரிய மோசடி, ஒரு நிதிச் சுரண்டல் இதை

உடனடியாக நிறுத்துங்கள்! இதோ ஆதாரம் என எழுதி, பேசி பெரிய சர்ச்சையைக் கிளப்பினார். கூரைகள் இல்லாத கிராமத்துப் பள்ளிகளில் படிக்கும் ஏழை மாணவர்களின் பணம் இங்கே தமிழின் பெயரால் களவாடப்படுகிறது என்றெல்லாம் பொங்கினார். பிறகு ஒரு கட்டத்தில் தன்னுடைய தலையீட்டால், இந்த முன்னெடுப்பே நிறுத்தப்பட்டுவிட்டது என்று கூடத் தன்னிச்சையாக அறிவித்தார். அதனால், நிதி திரட்டும் விவகாரம் மீண்டும் சூடு பிடித்தது.

அமைப்பாளர்கள் அவருடைய கூற்றை இது அரசியல் உள்நோக்கம் கொண்டது என மறுத்தார்கள். இந்த நேரத்தில்தான், சமூக ஊடகங்களில் தீவிரமாகச் செயல்பட்டுக்கொண்டிருந்த பிரியாவுக்கும் மேற்சொன்ன நபருக்கும் இடையில் மோதல் வெடித்தது.

இரு தரப்பில் இருந்தும் டிவிட்டரில் மாறி மாறிக் காரசாரமான விவாதங்கள். "அமெரிக்க அமைப்புகளின் பெயரைப் பார்த்து மயங்காதே! " என முதலில் உபதேசித்துப் பார்த்தார். பிறகு, ஒரு கட்டத்தில் பிரியாவைப் பார்த்து, "நீ தமிழர்களின் பணத்தைக் கொள்ளை அடிக்கும் அந்த அமெரிக்க அமைப்பின் மார்க்கெட்டிங் ஏஜெண்ட்..." என வெளிப்படையாகக் குற்றம் சாட்டினார். என்னைப் போல பிரியாவுடன் நெருங்கிப் பழகியவர்களுக்கு இது மிகப்பெரிய அதிர்ச்சி. பழகாதவர்களுக்கோ பெருங்குழப்பம்.

இதனால், பிரியா மிகுந்த மன உளைச்சலுக்கு ஆளானார். அவர் அமெரிக்கக் குடியுரிமை பெற்றவர். அதனால், உரிய ஆதாரங்களைத் திரட்டி அந்த நபர் மீது மான நஷ்ட வழக்குப் போடப் போவதாகக் கொஞ்சநாள் சொல்லிக் கொண்டிருந்தார்.

இந்தச் சந்தர்ப்பத்தில், பிரியாவின் முயற்சியையும் வேகத்தையும் பார்த்த சிலர் இவர் தனக்கு ஆதாயமில்லாமலா இந்த வேலையை இப்படி இழுத்துப் போட்டுச் செய்வார்? ஆதாயம் தேடும் நோக்கிலேயே, அந்த அமைப்பு திறமையான இவரைக் கண்டுபிடித்துக் களம் இறக்கிவிட்டிருக்கிறதோ? என யூகம் செய்து பலர் பேசினர்.

சிலர், தனது குடும்பப் பொறுப்புகளை முடித்துவிட்டு சாவகாசமாக இப்போது தமிழ் என இறங்கி இருக்கும் பிரியாவுக்கு உண்மையான தமிழ்ப் பற்றெல்லாம் ஏதும் இல்லை. சும்மா அவருக்கு இதெல்லாம் ஒரு பொழுதுபோக்கு எனச் சொன்னவர்களும் உண்டு.

எது எப்படியோ, ஒரு கட்டத்தில் அமைப்புக்கு எதிர்பார்த்ததை விடக் கூடுதலாகவே நிதி சேர்ந்தது. அந்த வெற்றியை மகிழ்ச்சியாகக் கொண்டாடும் தருணத்தில் இன்னொரு பிரச்சினை வந்தது. அது அந்தக் கூடுதல் நிதி தொடர்பானது. “ஒரு காரணத்துக்காக வசூலிக்கப்பட்ட நிதி அந்தக் காரணத்திற்காகத்தானே செலவு செய்யப்பட வேண்டும். அது தானே நியாயம்?” என பிரியா நிர்வாகக் குழுவினரிடம் முரண்பட்டதாக அறிந்தேன். ஆனால், பொதுவெளியில் அவர் தனது மனக்கசப்பை எழுதியதாக நினைவில்லை.

ஆனால், பிரியாவின் முதல் அரசியல், அதிகார உரசல் என்பது அங்குத் தொடங்கியதாகத்தான் நினைக்கிறேன். அமெரிக்காவில் இருந்து வெளிவரும் சில இணையதளங்கள் கொஞ்ச நாள் அந்தக் கூடுதல் நிதி பற்றி எழுதின. பிறகு மறந்து விட்டன. இதில் இருந்து எல்லாம் ஒருவழியாக மீண்டு வந்த பிரியாவைக் குப்புறத் தள்ளிவிட்டது தூத்துக்குடி ஸ்டெர்லைட் ஆலை விவகாரம்.

★★★

பிரச்சினையின் மறுபெயர் ஸ்டெர்லைட் எனச் சொல்லும் அளவுக்குத் தமிழகத்தில் அதிகம் பேசப்பட்ட தொழிற்சாலை ஸ்டெர்லைட் தாமிர உருக்காலை என்றே நினைக்கிறேன்.

1993-இல் அன்றைய முதல்வர் ஜெயலலிதா தூத்துக்குடி மீளவிட்டானில் அடிக்கல் நாட்டிய தாமிர உருக்காலை கடந்த கால் நூற்றாண்டாகத் தமிழக மக்களின் பேசுபொருளாக இருந்து வந்திருக்கிறது. தூத்துக்குடி ஸ்டெர்லைட் ஆலை போராட்டம் கடந்து வந்த பாதை என்பது மிக நீண்டது.

நான் பள்ளி பயின்ற காலத்திலேயே சுற்றுச் சூழல் மாசுபடுவதை முன்வைத்துத் தமிழகமே மிரளும் அளவுக்கு வைகோ மிகப்பெரிய போராட்டங்களை நடத்தி இருக்கிறார். ஆனால், அப்போதும் பெரிதாக எதுவும் நடந்துவிடவில்லை. திட்டமிட்டபடி ஆலை அமைக்கப்பட்டு தொடர்ந்து இயங்கி வந்தது.

அவ்வப்போது ஆலையில் இருந்து விசவாயு கசிவது, பொதுமக்களின் உடல்நலனுக்குப் பாதிப்பு வருவது, மக்கள் போராட்டம் செய்வது, ஆலையைத் தாற்காலிகமாக மூடுவது, அபராதம் விதிப்பது, பிறகு திறந்துவிடுவது எனத் தொடர்ந்து கொண்டே இருந்தது.

என்னைப் பொறுத்தவரை, இராணுவப் பாதுகாப்பிற்கு, தொலைத் தொடர்பிற்கு எனப் பல செயற்கைக் கோள்களை விண்வெளிக்கு அனுப்பும் நம்மால் ஒரு தொழிற்சாலையை உலகத் தரத்தில் நடத்த வழியில்லை. அதுவும் கடந்த 25 ஆண்டுகளாக என்பது இந்தியத் தேசத்துக்கு, சர்வதேசச் சமூகத்தில் ஓர் 'இழுக்கு' என்பேன்.

இந்தச் சூழலில் 2018-ஆம் ஆண்டு ஆலைக்கு எதிராக முன்னெடுக்கப்பட்ட போராட்டம் மிக முக்கியம் வாய்ந்ததாகக் கருதப்பட்டது. 2018, பிப்ரவரி 05 இல் தூத்துக்குடியில் வாழும் மக்கள் இத்தொழிற்சாலை தொடர்ந்து செயல்பட்டால் உயிர்வாழத் தகுதியற்ற நிலை ஏற்படும் என்று மாவட்ட ஆட்சியரிடம் கோரிக்கை மனுவை அளித்தனர். அது மட்டுமல்லாமல் நிர்வாகம் ஆலையின் விரிவாக்கத்திற்கு அனுமதி கோரியிருப்பார்கள் என்று நினைக்கிறேன்.

நாம் மீண்டும் பிரியாவுக்கு வருவோம். தமிழ் அமைப்புக்கு நிதி சேர்ப்பதின் மூலமாக அமெரிக்கத் தமிழர்களிடம் நன்கு அறிமுகமான பிரியா அடுத்து ஸ்டெர்லைட் விவகாரத்தைக் கையில் எடுத்தார். கடந்த முறை தனது சொந்தப் பெயரில் களம் இறங்கியவர் இந்தமுறை கொஞ்சம் வித்தியாசமாகச் செயல்பட்டார்.

அதாவது, “உலகப் புலம்பெயர் தமிழர்” என்றொரு அடையாளத்தின் கீழ் முகநூல், டிவிட்டர் போன்ற சமூகத் தளங்களில் செயல்படத் துவங்கினார். நடைமுறையில் அந்தப் பெயரில் பதிவு செய்யப்பட்ட அமைப்பு இருக்கிறதா. இல்லை ஏதேனும் சட்டச்சிக்கல்கள் வந்தால் தப்பிக்க அப்படிச் செய்தாரா என்று நினைத்தாரா எனத் தெரியவில்லை. ஆனால், பிரியா தனது அறப்போராட்டத்துக்கு என கையில் ஏந்திய அந்தத் தீபமே இறுதியில் அவரைப் பொசுக்கும் நெருப்பானது என்று கூடச் சொல்லலாம்.

ஸ்டெர்லைட்டைப் பொறுத்தவரை, இந்த முறை முன்பு எப்போதும் இல்லாத அளவுக்குத் தமிழகத்தில் கட்சி சார்பின்றி ஏராளமான பொதுமக்கள் ஆலைக்கு எதிராக ஒன்றிணைந்தனர். குறிப்பாக பெண்கள் வீதியில் இறங்கினர். அவர்கள் தங்கள் குடும்பத்தோடு மரத்தடியில் அமர்ந்து அங்கேயே சமைத்துச் சாப்பிடத் தொடங்கினர். பள்ளி மாணவர்களும் அந்தப் போராட்டத்தில் இறங்கக் களம் சூடுபிடிக்கத் துவங்கியது. அடுத்து, போராட்டம் ஊடகங்களின் கவனம் பெறுகிறது. பிரபலங்கள் ஆதரவு அளிக்கிறார்கள். அப்போது புதிதாக அரசியல் கட்சி தொடங்கி இருந்த நடிகர் கமல் கூட, “ஊடகங்களும் தமிழக மக்களும் இந்த ஸ்டெர்லைட் புரட்சியில் பங்கு பெறுவது கடமை. தூத்துக்குடி மக்களுடன் நானும் உள்ளேன். புரட்சிக் களம் அழைத்தால் நான் வருவேன்” என ட்வீட் *(March-24,2018)* செய்தார்.

அதற்குப் பதில் அளித்த போராட்டக்குழு அவர் கட்சியின் அடையாளத்துடன் வராமல், தமிழன் என்ற அடையாளத்துடன் வரவேண்டும். நாங்கள் கூப்பிட்டுத்தான் வரவேண்டும் என்பதில்லை. அவராகவே சொந்த விருப்பத்தில் வருவதுதான் சிறந்தது என்றார்கள்.

இங்கே கமலின் ஸ்டெர்லைட் ‘புரட்சி’ எனும் சொல்லாடலைக் கவனியுங்கள். 2017-இல் பொதுமக்கள் ஒத்துழைப்பில் நடந்த மெரினா புரட்சியோடு இதை ஒப்பிடும் வகையிலேயே இதைப் புரட்சி என்கிறார்.

அதற்குப் பதில் சொல்லும் விதமாக சமூகஊடகமும் அழைத்தால் செல்பவன் விருந்தாளி - அழைக்காவிடினும் செல்பவனே போராளி.... நீங்க (போராட்டத்திற்கு) போறீங்க தானே??? என அவரை எதிர்க்கேள்வி கேட்டது.

ஸ்டெர்லைட் ஆலை தொடர்பான #BanSterlitecopper,#Shut-downSterlite,#Thamizhdiaspora போன்ற பல ஹேஸ்டேக்குகள் சமூக ஊடகத்தில் தொடர்ச்சியாக முன்னணியில் இருந்தன.

போராட்டக் குழுவுக்கு ஆதரவு எனும் போதே அது ஆளும் மத்திய, மாநில அரசுகளுக்கு எதிரான பிரச்சாரமாகத் திரும்பியது. ஆலை நிர்வாகம் அரசாங்கத்தோடு இணைத்துப் பேசப்பட்டது. இந்த விவகாரம் சமூக வலைதளங்களில் நீர்த்துப் போகாமல் பிரியா-போன்ற ஆட்கள் பார்த்துக்கொண்டனர். தினமும் ஆலைக்கு எதிராக, (பொதுமக்களுக்கு ஆதரவாக) பலநூறு பதிவுகள் வெளியிடுவது, மற்றவர்களின் பதிவுகளைப் பகிர்வது எனத் தீவிரமாகச் செயல்பட்டனர். பிரியா இங்கே அமெரிக்காவில் இருந்து செயல்படுவது போல உலகம் முழுவதும் இருந்து பலர் தன்னார்வமாக இயங்கி இருப்பார்கள் என்பது உறுதி.

வழக்கம் போல பிரியாவின் நேரடி வழிகாட்டுதலில் இயங்கிய குழு இந்திய, தமிழகப் பிரபலங்களுக்கு நேரடியாக ட்வீட் செய்து போராட்டத்தைக் கவனம் பெறச் செய்தன. போராட்டத்துக்கு ஆதரவாகப் பல வாட்ஸ்-அப் குழுமங்கள் படபடவென முளைத்தன. தெரிந்தவர், தெரியாதவர், போவோர் வருவோரை எல்லாம் எந்தவிதக் கேள்வியும் கேட்காமல் அனைவரையும் அந்தக் குழு வாரி அணைத்துக்கொண்டது. ஒரு கட்டத்தில், ஸ்டெர்லைட்டின் தலைமையகம் இலண்டன் என்பதால் ஒருவர், "இதை இங்கிலாந்தில் அனுமதிப்பீர்களா?" என இங்கிலாந்து பிரதமரிடமே டிவிட்டரில் நேரடியாகக் கேள்வி எழுப்பினார். இன்னொரு குழு இலண்டனில் உள்ள அனில் அகர்வால் (நிறுவனத் தலைவர்) வீட்டின் முன் கூடி, பதாகை ஏந்திக் கோசம் எழுப்பியது.

இப்படி ஜல்லிக்கட்டைப் போல ஸ்டெர்லைட்டுக்கு எதிராகக் கொதித்தெழுந்த உலகத் தமிழர்கள் பலர் தங்கள் போராட்டங்களை முன்வைத்தனர். டொரோண்டோ, சிகாகோ போன்ற நகரங்களின் கடும் குளிர்க் காற்றைக் கூடப் பொருட்படுத்தாமல் ஸ்டெர்லைட்டுக்கு எதிரான தங்கள் போராட்டத்தை முன்வைத்தனர் புலம்பெயர்வாழ் தமிழர்கள்.

இவையெல்லாம் நடந்துகொண்டிருந்த நேரத்தில், போராட்டத்துக்கு ஆதரவு தெரிவிக்கும் வகையில் அமெரிக்கத் தமிழர்களை ஒருங்கிணைத்து, பல ஆலோசனைக் கூட்டங்கள் இரவு நேரங்களில் நடந்துகொண்டிருந்தன. பின்னிரவு வரை நீடித்த அந்தக் கூட்டங்களில் போராட்டக் களத்தில் நேரடியாக இருந்த பலருடன் கலந்துரையாடல்கள் நிகழ்ந்தன. போராட்டத்தை மேலும் வலுப்படுத்த இங்கிருந்து ஆலோசனைகள் கூடச் சொல்லப்பட்டன.

அதற்கு மேல், போராட்டத்துக்கு அமெரிக்காவில் இருந்து நிதி உதவி எதுவும் தரப்பட்டதா என்பது தெரியவில்லை. நான் கலந்துகொண்ட ஒன்றிரண்டு கூட்டங்களில் அவை பேசப்படவில்லை என்பதை மட்டும் என்னால் உறுதியாகச் சொல்ல முடியும். ஒரு கட்டத்தில், இவர்களுக்கு முழு வேலையே இதுதானா என நினைக்கும் வகையில் போராட்டம் உக்கிரம் அடைந்தது.

மே, 22 முக்கியமான ஒரு நாள். அதுவரை அமைதிவழியில் நடந்த போராட்டத்தின் நூறாவது நாள். அதுவரை போராட்டத்தில் ஈடுபட்டிருந்த மக்கள் தங்கள் கிராமங்களில் இருந்து வெளியேறி, ஆலையை மூடவேண்டும் என்ற கோரிக்கையுடன் தூத்துக்குடி மாவட்ட ஆட்சியர் அலுவலகம் நோக்கிப் பேரணி செல்ல முடிவெடுக்கிறார்கள்.

கடந்த முறை மெரினா போராட்டத்தின் இறுதி நாளில் அரசு கலவரத்தைத் தூண்டி ஒடுக்கியதாகக் குற்றச்சாட்டு முன் வைக்கப்பட்டது. அதுபோல ஒரு சூழல் தூத்துக்குடியிலும் ஏற்பட வாய்ப்பிருக்கிறது என்பதைப் போராட்டக்குழு எதிர்பார்த்தது.

அதனால், அதை ஒட்டி நடந்த ஓர் ஆலோசனைக் கூட்டத்தில் முடிந்தவரை எல்லா நிகழ்ச்சிகளையும் கைபேசி மூலமாகத் தவறாமல் காட்சிப்படுத்தவேண்டும் என வலியுறுத்தப்பட்டது.

அன்று போராட்டக் களத்தில் நடந்தது அனைவருக்கும் தெரிந்த ஒன்று. அச்சம் தோய்ந்த முகத்துடன் குழந்தைகள், பெண்கள் ஓடிய காட்சிகள். சாதாரண மனிதர்கள் நம் கண் முன்னே சுட்டு வீழ்த்தப்படும் காட்சிகள், அழுகுரல்களோடும், மரண ஓலத்தோடும் இரத்தம் வழிய வழிய மனிதர்கள் ஓடிய காட்சிகளை மறுநாள் நான் ஊடகங்களில் பார்த்துத் தெரிந்து கொண்டேன்.

போராட்டம் நடந்த பகல் வேளை என்பது மேற்கு நாடுகளில் இரவு. அந்த நள்ளிரவிலும் ஃபேஸ்புக் மெசஞ்சரில் ஓயாத உரையாடல்கள், களத்தில் இருந்து நேரடிக் காட்சிகள், படங்கள் வந்து விழுந்துகொண்டே இருந்திருக்கின்றன. இதையெல்லாம் நான் மறுநாள் காலையிலேயே தெரிந்துகொண்டேன்.

அன்று காவல்துறையினர் நடத்திய துப்பாக்கிச் சூட்டில், 16 வயது இளம் பெண் உட்பட 12 பேர் கொல்லப்படுகின்றனர். பல நூறு பேர் காயமடைகின்றனர். “போராட்டத்தைத் தவிர்க்க முடியாததால்தான் துப்பாக்கிச் சூடு நடத்தப்பட்டது” எனத் தமிழக அரசு அறிவிக்கிறது. கூடவே ஊரடங்கு. நிகழ்வின் ஒரு பகுதியாகத் திருநெல்வேலி, கன்னியாகுமரி மற்றும் தூத்துக்குடி மாவட்டங்களுக்கு மே 23 இரவு 7 மணிமுதல் இணைய சேவை நிறுத்தப்படுகிறது.

நான் இங்கே இணைய சேவை நிறுத்தப்பட்டிருப்பதை ஒரு முக்கிய நிகழ்வாகப் பார்க்கிறேன். ஏனென்றால், ஓர் உள்ளூர்ப் போராட்டம் இந்த அளவு விஸ்வரூபம் எடுத்து உலகப்போராட்டம் ஆனதில் சமூக ஊடகங்களுக்கு மிக முக்கியப் பங்கு உண்டு. அதைக் கட்டுப்படுத்தினால்தான் போராட்டம் மீண்டும் வெடித்துப் பரவாமல் இருக்கும் என்பதாலேயே அது முன்னெடுக்கப்பட்டது. இது தமிழக வரலாற்றில் முதன்முறை நிகழ்வாகவும் இருக்கலாம்.

பொய்ச் செய்திகள் பரவுவதைத் தடுப்பதற்காகத்தான் இணையசேவை தடைசெய்யப்பட்டது என அரசு கூறினாலும் இது கருத்துரிமையை நசுக்கும் போக்கு என எதிர்ப்புக் குரல் கிளம்பியது. மேலும் நீதிமன்றத்தைப் பலர் அணுகிய காரணத்தால் அந்தத் தடை படிப்படியாக நீக்கப்படுகிறது.

தூத்துக்குடிப் போராட்டம் கலவரம், வன்முறையுமாக முடிந்தபின் சமூக ஊடகங்களில் அரசுக்கு எதிரான கண்டனங்களும், எதிர்ப்புக் குரல்களும் மேலும் வலுத்தன. மக்களுடைய மனநிலை உச்சக்கட்ட கொதிநிலையைத் தொட்டிருந்தது.

இது திட்டமிடப்பட்ட ஒன்று. சம்பவத்திற்கு பிரதமர் அனுதாபம் கூடத் தெரிவிக்காதது மேலும் வேதனைக்குரியது எனப் பலர் பேசினார்கள். பிரியாவும் போராளியாகச் சளைக்காமல் அவற்றையெல்லாம் முன்னெடுத்தார். பொதுவெளியில் பகிரப்படாத பல அச்சமூட்டும் கலவரக் காட்சிகள் அவருடைய மேற்பார்வையில் இருந்த மெசஞ்சர், வாட்ஸ்-அப் குழுக்களில் பகிரப்பட்டன. கூடவே, மருத்துவமனையில் குண்டடி பட்டவர்கள் இரத்தமும் சதையுமாகக் கிடக்கும் பல நூறு படங்கள் அவற்றில் பகிரப்பட்டன. அந்தப் படங்கள் இளகிய மனதுள்ளவர்களை மிகவும் சஞ்சலப்படுத்தக் கூடியவை.

அதற்கு அடுத்துவந்த நாட்களில், பிரியாவின் நண்பர்கள் குண்டடிபட்டு இறந்த குடும்பத்தினருடன் நேரடியாக போனில் பேசினார் என்பதும் எனக்குத் தெரியும். சமூக ஊடகங்களில் களமாடுவது என்பது வேறு. நேரடியாகக் களத்தில் நின்று உயிரைவிடுவது, குண்டடிபட்டுப் பிரச்சினைகளை எதிர்க்கொள்வது என்பது வேறு எனும் நிதர்சனம் அவர் முகத்தில் அப்போது அறைந்திருக்க வேண்டும். இந்தச் சம்பவத்தால் பிரியா மனதளவில் பெரிய அளவில் பாதிக்கப்பட்டார். இதைத் தம் குடும்பத்தில் நேர்ந்த ஓர் இழப்பாகக் கருதி, அவர் பல நாட்கள் தூக்கமில்லாமல் தவித்தார். அப்பாவிகள் அரசியல் காரணங்களுக்காகப் பலிகடா

ஆக்கப்பட்டார்கள் எனும் ஆற்றாமையால் பிரியா பல நாட்கள் துடித்தார் என்றும் அவருடைய நெருங்கிய நண்பர் ஒருவர் மூலமாக அறிந்துகொண்டேன்.

கூடவே, போராட்டத்தில் குண்டடிபட்டு மரணித்தவர்கள் சிந்திய இரத்தக்கறை சமூக ஊடகங்களில் களமாடிய அனைவருடைய கைகளிலும் அழுத்தமாகப் படிந்திருப்பதாக அவர் மனப்பூர்வமாக நம்பினார். அந்தக் குற்ற உணர்வோடு அவர் பல நாட்கள் மன உளைச்சலோடு இருந்ததையும் ஒரு முறை பேசியபோது அறிந்துகொண்டேன்.

இந்தச் சூழலில் ஸ்டெர்லைட் துப்பாக்கிச் சூடு தொடர்பான ஆதாரங்களை வெளியிட்ட முகிலன் எனும் சமூகச் செயல்பாட்டாளர் திடீரென மாயமாக மறைகிறார் (பிப்ரவரி-15-2019). அந்த விவகாரத்தால் தூத்துக்குடி சம்பவம் மீண்டும் தமிழக அரசியல் சூழலில் சூடுபிடிக்கிறது. போராட்டக்காரர்கள் முகிலன் எங்கே? தமிழக அரசே பதில் சொல் என்ற ஒற்றைக் கோரிக்கையை முழக்கமாக முன்வைத்தனர்.

அதே கேள்வி #whereisMugilan என்ற ஹேஸ்டேக்குடன் சமூக ஊடகங்களில் முன்வைக்கப்பட்டது. அதிலும் பிரியா தீவிரமாகக் களமாடினார். அந்த விவகாரம் நீர்த்துப்போன பிறகும் அவர் மத்திய, மாநில அரசின் செயல்பாடுகளைத் தொடர்ந்து சமூக ஊடகங்களில் காட்டமாக விமர்சித்து வந்தார்.

இந்தச் சூழலில்தான் பிரியா ஏதோ பிரச்சினையை முன்வைத்து தன்னுடைய கருத்தியலில் முரண்பட்ட முன்னாள் நண்பர் ஒருவரின் படத்தை வாட்ஸ்-அப் குழுமத்தில் வெளியிட்டார். அந்தப் படம் தமிழகத்தில் அதிகாரத்தில் இருந்த ஒருவர் நண்பரின் குடும்பத்துடன் சேர்ந்து எடுத்துக்கொண்டது என நினைக்கிறேன். வந்தது வினை. பெருவினை.

ஆமாம். பிரியாவின் செயல்பாடுகளில் முரண்பட்டு அவரை அழித்தொழிக்க நினைத்துக் காத்திருந்த சிலருக்கு அது

மிகச் சரியான சந்தர்ப்பமாக இருந்தது. எதிரிகள் விரித்த கண்ணியில் புறாவாக பிரியா தனியாக, அதுவும் வசமாகச் சிக்கிக்கொண்டார். அவர் அன்று சம்பந்தப்பட்டவருடைய அனுமதி இல்லாமல் பகிர்ந்த அந்த ஒரு குடும்பப் படமே அவருடைய சமூக ஊடக சாம்ராஜ்யத்தைத் தரைமட்டமாக்கப் போதுமானதாக இருந்தது.

எதிராளிகள் அறம் காக்கப் புறப்பட்ட நாயகி பிரியாவுக்கு முகநூலில், “அறம் காத்தல்” என்றால் என்ன? எனப் பாடம் எடுத்துக் கெடுவும் விதித்தனர்.

பாடம்? வெளிப்படையான முகநூல் மிரட்டல்தான் வேறென்ன. அதன் சாரம் இதுதான்.

நீ உண்மையான அடையாளத்துடன் போராளி வேஷம் போட்டுக் களமாடினால், பல மில்லியன் டாலருக்கு மான நஷ்ட வழக்குப் போடுவார்கள். அப்போது எங்கள மாதிரி ஆட்களை வைத்து பஞ்சாயத்து, மத்தியஸ்தம் எல்லாம் செய்து உன்னைக் காப்பாற்றுவோம். இப்போது அப்படி உன்னைக் காப்பாற்ற யாரும் இல்லை என்பதால், நீ பொய் ஐடி-யில் வருவது, பழைய நண்பர்களோட குடும்பப் படங்களைச் சகட்டுமேனிக்குப் பகிர்வது, அப்புறம் விமர்சனம் என்கிற பேர்வழி என வாட்சப் அட்மின் ரவுடித்தனம், ராவடித்தனம் செய்வதுதான் ‘அறம் காத்தல்’ என்பதாகும்.

நம்பி வந்த மக்களை நடுரோட்டில் துடிதுடிக்கச் சுட்டபோது, என்ன செய்வது ஏது செய்வது என்று தெரியாமல் அல்லது புரியாமல், சில காலமாக மூடுபனி முள்ளம்பன்றி போல நன்றாக தூங்கிவிட்டு, பின் அமெரிக்கத் தமிழகப் போராளியாகத் திரும்பி வந்து, போன் நம்பரை மாற்றி, ஃபேஸ்புக் *Fake ID*யோடு மீண்டும் வம்பு செய்ய நினைத்தால், நாங்கள் அப்படியே சிவப்புக் கம்பளம் விரித்து, ஆரத்தி எடுத்து வரவேற்போம் என்று நினைக்கிறார்கள் போல.

அது நடக்காது... வாய்ப்பேயில்ல.

நீ குளிர் காலத்து முள்ளம்பன்றி போல தூங்கு; அல்லது பனிக்கரடி போல தூங்கு. எங்களுக்குப் பிரச்சினை இல்லை. ஈசல்கள், கறையான்கள் பற்றியெல்லாம் பேச எங்களுக்கு நேரமில்லை. உன்னோடு கூடவே எலி போல் வால்பிடித்துச் சுற்றுபவர்களுக்கும் சொல்லிக்கொள்ள விரும்பும் விஷயம் ஒன்றுமட்டும்தான்.

(நீங்கள்) தன்னையும் அழித்துத் தன் சுற்றத்தையும் அழிக்கும் நாசவேலையில் ஈடுபடாமல் நகர்ந்து, சர்க்கஸ் கூடாரத்தைக் காலி செய்து விட்டுப் போய்விடுங்கள். இனி, தத்துபித்துவென உளறுவது, 'பஞ்ச்' டயலாக்குகள், வீர வசனங்கள் பேசி வித்தை காட்டுவது தேவையற்றது.

சர்க்கஸ் முகமூடிக்குப் பின்னால் ஒளிந்திருந்து வேலை செய்யும் கயமையெல்லாம் அறத்தைப் பற்றிய பாடம் எடுக்கத் தகுதியற்றவர்கள்.

நாளை மாலை 'அமெரிக்க' நேரப்படி 5 மணிக்குள் Fake ID வீட்டைக் காலிசெய்யவும். இல்லாவிட்டால் நாளைய பதிவில் இன்னமும் விரிவாக, ஆழமாக 'அறம் காத்தல்' பற்றிய விரிவுரை எடுக்கப்படும்.

5 மணி இதை மறந்துவிட வேண்டாம். மறந்தால் முந்திய கதைகள் அடுத்தடுத்த பதிவுகளில் நினைவூட்டப்படும்.

மேலே சொன்ன மான நஷ்ட வழக்கு என்ன? அதை எப்படி நேர்செய்தார்கள் பற்றிய விவரங்கள் தெரியவில்லை. ஆனால், குடும்பப் புகைப்படத்தை பிரியா வெளியிட்டார் என்ற ஒரு குற்றத்தைக் கையில் எடுத்தார்கள். கெடுவிதித்தார்கள்.

அடுத்த நாள் வந்தது, ஐந்து மணியும் ஆனது. வீடு காலியானதா?

★★★

அடுத்த நாள் மாலை 5 மணி வந்தது. பிரியா மிரட்டலுக்கு மசிந்துகொடுத்தாரா. என்ன செய்தார்?

பிரியா அதுவரை செயல்பட்டுவந்த முகநூல் கணக்கின் பெயரை மட்டும் மாற்றி இருப்பார் போல. எதிர் அணியினர் எதிர்பார்த்தபடி பிரியா செயல்பட்டுவந்த வாட்ஸ்-அப், முகநூல் குழுமங்கள் கலைக்கப்படவில்லை. அவர்கள் விடுவார்களா என்ன? தமிழக அமெரிக்கப் போராட்டப் புரட்சியாளருக்கு. என மிக நீண்ட பதிவு ஒன்றைப் போட்டார்கள்.

அதில், *profile*ஐ மட்டும் மாற்றிவிட்டால் காலி செய்துவிட்டதாக ஆகாது. இங்கிருந்து (அமெரிக்கா) தனிப்பட்ட வீரதீர பிரதாபங்களைச் சொல்லி தமிழகத்தில் போராட்டம் செய்யப் பயன்படும் உன்னுடைய ஃபேஸ்புக் பேக் ஐடிகள், வாட்ஸ்-அப், ஃபேஸ்புக் குழுமங்களை எல்லாம் அழித்து, ஒழித்து முற்றும் முழுதுமாக பினாயில் போட்டுத் துடைக்க வேண்டும். கட்டடத்தைக் காலி செய்யறதுன்னா அதுதான் என்றார்கள்.

இங்கே, எது எதனோடு முடிச்சுப் போடப்படுகிறது. யார் யாருக்காகச் சமூக ஊடகங்களில் களம் இறங்குகிறார்கள் என்று பாருங்கள்.

குறிப்பாக, வாட்ஸ்அப் குழுக்களில் இருக்கும் உறுப்பினர்கள் அனைவரையும் நீக்கிவிட்டு, பிரியா அவற்றில் தான் மட்டும் ஒரே உறுப்பினர் என்பதைக் காட்டும் ஒரு சான்றைத் தங்களிடம் ஒப்படைக்க வேண்டும் என்றார்கள். முக்கியமாக, குடும்பப் படத்தைப் பொதுவில் பகிர்ந்து தான் அவமானப்படுத்திய நண்பரிடம் பிரியா நிபந்தனையற்ற மன்னிப்பும் கேட்கவேண்டும்.

அது மட்டுமல்லாமல், இந்த வேலைகளை (அமெரிக்கப் போராளி) பிரியா மீண்டும் தொடங்கக் கூடாது. அப்படித் தொடங்கினால், இந்தியாவிலும், அமெரிக்காவிலும் சட்டச் சிக்கல்களை எதிர்கொள்ள வேண்டி இருக்கும் என்றார்கள்.

இனி நீ ஒருபோதும் இதுபோலச் சமூக ஊடகக் குழுக்களைத் திறந்தோ அல்லது பிரியாணி, பொங்கல் & போராட்டம் என அமெரிக்காவிலிருந்து ரகசியக் கும்பலாகச் செயல்பட வேண்டாம்.

உனக்கு ஒத்து ஊதி, ஆமாஞ்சாமி போட்டு உன்னுடைய அனைத்து நடவடிக்கைகளையும் உற்சாகப்படுத்தும் முட்டாள் கூட்டம் ஒன்று இருக்கிறது என்பதும் தெரியும். தேவைப்பட்டால் எந்த எதிர்நிலையையும் எடுத்து (அதிகாரத்தின்) உச்சநிலைக்குச் செல்லக்கூடியவர்கள் நாங்கள் என்றார்கள்.

எங்களிடம் விளையாட வேண்டாம். அப்படி விளையாடுவது என்பது அவர்கள் (பின்பாட்டுப் பாடுபவர்கள்) சமூக ஊடகங்களில் தற்கொலை செய்வதற்குச் சமமாகும் ஜாக்கிரதை!! எனும் எச்சரிக்கை வேறு.

அதன்பிறகு வந்த நாட்களில் பிரியா மிகுந்த மன உளைச்சலுக்கு ஆளாகி எதிர் அணியினர் சொன்னபடி தனது கடையை மூடிவிட்டு, எல்லாத் தொடர்புகளையும் சுத்தமாகத் துண்டித்து சமூக ஊடகங்களில் இருந்து முற்றிலும் ஒதுங்கிவிட்டார் என்பதைச் சொல்ல வேண்டுமா என்ன?

'உரிய' தொடர்புகள் இல்லாவிட்டால் நடைமுறையில் அநீதி ஒன்றை எதிர்க்கப் பத்துப் பேரை நம்மால் ஒன்றுசேர்ப்பது சிரமம். ஆனால், அதே நேரத்தில், நன்மை ஒன்றை முடக்கப் பல நூறு பேர் இணைந்து செயல்படுவார்கள் (தேவைப்பட்டால் வழக்குகளும் நாடுகடந்து பதியப்படும்) என்பதுதான் நாம் இங்கே கற்கும் பாடம்.

கூடவே, இந்தச் சமூக ஊடகங்களின் வரவால் இந்திய அரசியலில் அமெரிக்கா போன்ற வெளிநாடுகளில் வாழும் இந்தியர்களின் பணமும் கருத்துகளும் மிகப் பெரிய தாக்கத்தைத் தொடர்ந்து ஏற்படுத்தி வருகின்றன என்பதை இங்கே மறுக்கவோ மறைக்கவோ முடியாது. (இது மற்ற உலக நாடுகளுக்கும் பொருந்தும்)

நான் கற்ற பாடம்

நான் சிவன். மருத்துவக் கல்லூரியில் பேராசிரியராகப் பணி செய்துவிட்டுக் கடந்த ஆண்டு ஓய்வு பெற்றேன். சொந்த ஊர் தஞ்சாவூர் பக்கம். உயர்கல்வி படித்தது கோவை. மனைவிக்குச் சென்னை.

எனக்கு ஊர் ஊராகச் சுற்றும் வேலை. அதனால் நான் இந்தியாவின் பல மாநிலங்களில் வாழ்ந்திருக்கிறேன். எனது மகள் வசிப்பதோ வெளிநாடு. அதனால், பலமொழிகள், பல கலாச்சாரங்கள் என எனது நட்பு வட்டம் மிகப் பெரியது.

நண்பர்களே, எனது முகநூல் கணக்கு 10 ஆண்டுகளுக்கு முன் டில்லியில் இருந்தபோது தொடங்கப்பட்டது. நான் முகநூலில் தொடர்ச்சியாக எழுதும் பழக்கம் கொண்டவன். அதனால் கடந்த 10 ஆண்டுகளில் அரசியல், கல்வி, சினிமா, பொதுநலம்... எனப் பல நூறு பதிவுகள்... அத்தனையும் நான் ஜனவரியில் இழந்த எனது சொந்த சோகக் கதையை உங்களோடு பகிர்கிறேன்.

ஆமாம் நண்பர்களே, என்னுடைய முகநூல் கணக்கு, கடந்த ஆண்டு திருடப்பட்டு விட்டது. எத்தனை வலி மிகுந்த நாட்கள் அவை. என்னுடைய பொருட்கள் ஏதாவது களவு

போயிருந்தால்கூட எனக்கு இத்தனை வேதனை இருந்திருக்காது. ஆனால், முகநூல் கணக்கை இழந்த பின் சில நாட்கள் உண்மையில் பைத்தியம் பிடித்தது போல இருந்தது.

மனைவியும், உறவுகளும் “போனால் போகிறது வேறு கணக்குத் தொடங்குங்க” எனச் சுலபமாகச் சொல்லிவிட்டனர். ஆனால்... அந்த இழப்பின் வழி என்பது எனக்கு மட்டுமே தெரியும். அந்தக் கஷ்டம் அனுபவித்தவர்களுக்குத்தான் தெரியும். இதனால், இழந்த நண்பர்கள் நிறையப்பேரை இன்னமும் என்னால் தொடர்புகொள்ளவே முடியவில்லை. அவர்களுக்கு என் பிரச்சினை தெரியவும் வாய்ப்பில்லை. இத்தனைக்கும், நான் எது நடந்தாலும் நன்மைக்கே எதையும் நேர்மறையாக எடுத்துக்கொள்பவன்தான். ஆனால் என்னால் இதை அப்படி எடுத்துக்கொள்ள முடியவில்லை.

அதற்குக் காரணம். என்னுடைய உழைப்பு. அதன் வலி இன்னமும் மனதின் ஓர் ஓரத்தில் இருக்கவே செய்கிறது. என்னுடைய அனுபவம் உங்களுக்கு ஒரு பாடமாக இருக்கும் என்பதால் இதைச் சொல்கிறேன்.

கடந்த ஆண்டு நைஜீரியா சென்றிருந்தபோதுதான் (கொரோனாவுக்கு முன்) அது நடந்தது. என் மனைவியின் நெருங்கிய தோழி ஒருத்தி நைஜீரியாவில் பல ஆண்டுகளாக மருத்துவராக இருக்கிறாள். அவர்களுடைய வீட்டில் நாங்கள் 2 வாரங்கள் தங்கி நைஜீரியாவைச் சுற்றிப் பார்ப்பதாக ஏற்பாடு. அவர் தலைநகரான அபுஜாவுக்கு அருகில் இருந்த ஓர் ஊரில் தான் இருந்தார். அவர் வீட்டில் இருந்து 2 மணி நேரப் பயணத்தில் தலைநகரை அடைந்து விடலாம். அதனால், பெரும்பாலும் அதிகாலையில் எழுந்து கிளம்பி ஊரைச் சுற்றிப் பார்த்துவிட்டு இரவில் வீடு திரும்பி விடுவது வழக்கம்.

நைஜீரியா போவது உறுதியானவுடன் அந்த நாட்டைப் பற்றிப் பல புத்தகங்கள், தகவல்களை இணையத்தில் தேடிப் படித்து வைத்திருந்தேன். அந்தப் பயண அனுபவங்களை உடனடியாக முகநூலில் கட்டுரையாக எழுதிவிடுவது வழக்கம்.

இரவு படுக்க எத்தனை மணியானாலும் விழித்திருந்து அதை எழுதி முடித்துவிட்டே படுப்பேன். நண்பர்கள் பலரும் நாங்களும் நைஜீரியாவைச் சுற்றிப் பார்ப்பது போன்ற உணர்வு வருகிறது எனத் தொடர்ந்து எழுத உற்சாகப்படுத்தினார்கள்.

அது ஒரு சனிக்கிழமை, விலங்குக்காட்சி சாலைக்குச் சென்றுவிட்டு வரும் வழியில் காரை ஓர் இடத்தில் நிறுத்தி விட்டுச் சாப்பிட்டோம். அப்போது அங்கு இருந்த கணினியில் முகநூல் லாக்-இன் செய்து பார்த்தேன். அதுதான் கடைசி முறை என அப்போது தெரியவில்லை.

அடுத்த நாள் இந்தியா கிளம்ப வேண்டிய நாள். வரும் வழியில் பெரிய டிராபிக் ஜாம் வேறு என்பதால் அரக்கப் பரக்க விமான நிலையம் வந்து சேர்ந்தோம். அங்கும் இங்கும் ஓடி ஆடி ஒரு வழியாகப் போர்டிங் பாஸ் வாங்கினோம். பின் அங்கிருந்த *wifi*-யில் எனது மொபைலில் இணைந்தபோது முகநூலில் இருந்து ஓர் இமெயில் வந்திருந்தது. அதில் என்னுடைய முகநூல் கணக்கில் புது இமெயில் இணைக்கப்பட்டிருப்பதாகச் சொன்னார்கள். அந்தப் புதிய இமெயில் கணக்கு என் பெயரில்தான் இருந்தது. ஆனால், அது நான் திறந்த இமெயில் கணக்கில்லை. எனக்கு எதுவுமே புரியவில்லை. சரி ஊருக்கு வந்து பார்த்துக்கொள்ளலாம் என நினைத்துக் கிளம்பிவிட்டேன்.

வரும் வழியில் துபாயில் திரும்ப இமெயில் பார்த்தபோது என்னுடைய பழைய இமெயில் முகநூல் கணக்கில் இருந்து நீக்கப்பட்டுள்ளதாக வந்தது. எனக்குத் தூக்கிவாரிப் போட்டது. அப்போதே முகநூலில் என்னால் உள்ளே நுழைய முடியவில்லை.

இந்தியா வந்தபோது இன்னொரு அதிர்ச்சி காத்திருந்தது. என்னுடைய கணக்கில் உள்ளே நுழைந்த யாரோ என்னுடைய நட்பு வட்டத்தில் இருந்த சிலரிடம் 'போலி' முகத்துடன் பணம் அனுப்பச்சொல்லிக் கேட்டிருக்கிறார்கள். அதில் ஒரு நாமக்கல் மாணவி 3000 ரூபாய் பணம் கொடுத்து ஏமாந்திருக்கிறாள். நல்ல வேளையாக, இன்னொரு திருச்சி மாணவனிடம் என்னுடைய தொடர்பு எண் இருந்ததால் பிழைத்தேன்.

உடனடியாக எனது மகள் என்னுடைய முகநூல் கணக்கு ஹேக் செய்யப்பட்டதை முகநூலில் அறிவித்தாள். நண்பர்கள் நிறையப் பேர் முகநூல் நிறுவனத்தைத் தொடர்புகொண்டனர். ஆனால்... அவர்கள் *check* செய்து பார்த்ததில் *fb community*-க்கு எதிராக எதுவும் இல்லை என்று சொல்லிவிட்டனர்.

அன்று, நைஜீரியாவில் கணினியில் வேலையை முடித்துவிட்டு எழுந்து வரும்போது அவசரத்தில் என்னுடைய *ID* யை *log out* செய்ய மறந்துவிட்டேன் போல. அதனால், வந்தது பிரச்சினை.

அடுத்த சில நாட்களில் என்னுடைய கணக்கின் புரொஃபைல் படம் ஒரு வெள்ளையரின் முகமானது, பெயரும் மாற்றப்பட்டது. எனக்கு என்ன செய்வதென்றே தெரியவில்லை. என் கண்களுக்கு முன்னாலேயே நான் யாரோவாக மாறிக்கொண்டிருந்தேன். அது மிகக் கொடுமையாக இருந்தது.

இதனால், இழந்த நட்புவட்டத்தைத் திரும்பப் பெற்று விட இப்போதும் முயற்சி செய்து கொண்டிருக்கிறேன். ஆனால், பயன் ஒன்றுமில்லை. நான் நைஜீரியாவில் இருந்த நாட்கள் மிக அழகானவை. புதிய இடம், புதுப் புது மனிதர்கள், புது அனுபவங்கள்... அத்தனையும் பாழ்.

நான் எழுதிய அத்தனை பதிவுகளும் அனைவருக்கும் நைஜீரியாவில் வாழ்ந்த உணர்வை ஏற்படுத்தியது என்றார்கள். ஆனால், அந்த முகநூல் பதிவுகள் மட்டும் பேக்கப்பாக இருந்திருந்தால் அதை ஒரு புத்தகமாகக் கூட வெளியிட்டிருக்கலாம்.

- அதனால் நண்பர்களே, நட்பு வட்டத்தில் உள்ளவர்கள் நெருங்கியவராக இருந்தாலும் சமூகஊடகங்கள், இணையத்தின் வழியாகத் தொடர்புகொண்டு பணவிவகாரம் பேசினால் முடிந்தவரை தவிருங்கள்; அல்லது முதலில் அழைத்துப் பேசுங்கள்.

- முடிந்தால் அடையாளத் திருட்டுக்கு காப்பீடு *(identity theft insurance)* எடுங்கள்.

- ஹேக்கர்களிடமிருந்து தப்பிக்க முடிந்தவரை உங்களுடைய சமூக ஊடகக் கணக்குகளை வங்கிக் கணக்குப் போல பாவித்து இரண்டு அடுக்குப் பாதுகாப்பைப் பயன்படுத்தவும்.

- பொது இடங்களில் இருக்கும் கணினிகளையும் இணையத்தையும் பயன்படுத்தும்போது கவனமாக இருங்கள். சொந்தக் கணினியாக இருந்தால் தகுந்த *Anti-Virus* மென்பொருளை நிறுவுங்கள்.

- குறிப்பாக ஏனோதானோ பாஸ்வேர்டுகளை முற்றிலும் தவிருங்கள். ஆனானப் பட்ட முகநூல் மார்க்கே, சில சமூக ஊடகங்களில் "*dadada*" எனும் குருட்டுத் தனமான பாஸ்வேர்டைப் பயன்படுத்தி இருந்ததாகப் பின்பு அவற்றைத் தகர்த்த ஹேக்கர்கள் சொல்லி இருக்கிறார்கள்.

- அப்படியே அது ஹேக் செய்யப்பட்டால் கூடத் தப்பிக்க இன்னொரு வழி உங்களுடைய சமூக ஊடகக் கணக்கை பேக்கப் எனும் பிரதி எடுத்துக்கொள்வது என்பதே நான் கற்ற பாடம்.

தடம்மாறாத பயணம்

சமூக ஊடகங்கள் வழியாக நல்லதும் நடக்கும் என்ற விதத்தில் ஜெர்மனியில் இருந்து தமிழ்மரபு அறக்கட்டளையை வெற்றிகரமாக நடத்திவரும் சுபாஷிணி தனது அனுபவத்தை இங்கே பகிர்கிறார்...

தமிழ் மக்கள் இன்று உலகின் எல்லாப் பகுதிகளிலும் வாழ்கின்றார்கள். தாயகமாகிய தமிழ்நாடு மற்றும் இலங்கை ஆகிய இரண்டு நிலப்பகுதிகளிலும் தமிழ் மக்களின் பண்பாட்டுச் சுவடுகள் இருந்தாலும், இம்மக்கள் புலம்பெயர்ந்து வாழும் ஏனைய நாடுகளிலும் தங்கள் தமிழ்ச் சுவடுகளைத் தடம் பதிக்கத் தவறவில்லை. இதனைக் காணும்போது, தமிழ் மொழியின் வரலாறும் தமிழர் வரலாறும் உலகெங்கிலும் இன்று பரந்து விரிந்து கிடக்கின்றன என்பதை மறுக்க முடியாது. இவற்றை எவ்வாறு ஆவணப்படுத்தி உலகத்திற்கு வழங்க முடியும்? இத்தரவுகளை முறையான பதிவுகளாக்கி எவ்வாறு அடுத்த தலைமுறைக்குக் கொண்டு செல்ல முடியும்? என்ற கேள்விகளுக்கு விடையாக 2001ஆம் ஆண்டு பிறந்ததுதான் தமிழ் மரபு அறக்கட்டளை பன்னாட்டு அமைப்பு.

இந்த அமைப்பின் தலைவராகிய நான் ஜெர்மனியில் வசிக்கின்றேன். செயலாளர் அமெரிக்காவின் கலிபோர்னியாவில்

வசிக்கின்றார். செயற்குழு உறுப்பினர்கள் இந்தியாவிலும் உலகின் வெவ்வேறு நாடுகளிலும் வசிக்கின்றார்கள். இந்த அமைப்பின் செயல்பாடுகளில் தன்னை இணைத்துக்கொண்டு பல்வேறு ஆய்வுகளைச் செயல்படுத்தி வரும் ஆர்வலர்கள் உலகின் பல்வேறு நாடுகளிலிருந்து செயல்படுகின்றார்கள். இவை அனைத்தையும் சாத்தியப்படுத்த தமிழ் மரபு அறக்கட்டளை எடுத்துக்கொண்ட ஒரு கருவி 'இணையம்'

இணையம் வழங்கியிருக்கும் எல்லையற்ற கூறுகள் என்பது தமிழ் மொழி, வரலாறு, சமூகம் சார்ந்த தரவுகளை ஆவணப்படுத்த தமிழ் மரபு அறக்கட்டளைக்கு முதுகெலும்பாக அமைகின்றது. தமிழ் மரபு அறக்கட்டளையின் அனைத்துச் செயல்பாடுகளும் இணையத்திலேயே நிகழ்கின்றன. இந்த அமைப்பின் ஆவணச் சேகரிப்புகள் அனைத்தும் உலகப் பொது மக்களுக்கு இலவசமாக இணையத்தின் வழியாகவே வழங்கப்படுகின்றன. குறிப்பாக, இந்தச் செயல்பாட்டிற்கு உறுதுணையாக இருப்பவை சமூக ஊடகங்கள்தான்.

சமூக ஊடகங்களால் எத்தனையோ பிரச்சினைகள் எனப் பலர் புலம்பி வருந்துவதையும் ஒதுக்குவதற்கு இல்லை. ஆனால், தமிழ் மரபு அறக்கட்டளையின் செயல்பாட்டின் வெற்றிகளைத் திரும்பிப் பார்க்கும்போது அதன் வெற்றிக்கு அடிப்படையாக அமைவது சமூக ஊடகங்கள் அளிக்கும் வாய்ப்புகளைத் தமிழ் மரபு அறக்கட்டளை சரியான முறையில் பயன்படுத்தி இருப்பதுதான் என்றே குறிப்பிட வேண்டும்.

வாட்ஸ்அப், ஃபேஸ்புக், ட்விட்டர், யுடியூப், கூகுள் மடலாடற் குழுமம் (கூகுள் குரூப்ஸ்), இன்ஸ்டாகிராம் போன்ற ஊடகங்கள் வழியாக தமிழ் மரபு அறக்கட்டளை மிகத் துரிதமான வளர்ச்சி கண்டிருக்கின்றன.

தமிழ் மரபு அறக்கட்டளையின் வரலாற்றுக் காணொளிகளையும், வரலாற்று ஆய்வுரைகளையும் உடனுக்குடன் யு டியூப் வழியாக வலையேற்றிப் பதிப்பிக்கின்றோம். தமிழ் மரபு அறக்கட்டளையின் ஆய்விதழான 'மின்தமிழ்மேடை' மற்றும் மாதச் சஞ்சிகையான

'திணை' ஆகிய இரண்டுமே இணையத்தில் சமூக ஊடகங்களின் வழியாகத்தான் உலக மக்களைச் சென்றடைகின்றன.

தமிழ் மரபு அறக்கட்டளையின் 16 வாட்ஸ்அப் குழுமங்களின் வழியாக உலகின் பல்வேறு பகுதிகளில் வாழும் மக்கள் வரலாற்றை அறிந்துகொள்ளும் முயற்சியினைச் சாத்தியப்படுத்தி யிருக்கின்றோம். நாடுகளின் பிரதிநிதித்துவத்தை அடிப்படை யாகக் கொண்டு ஐரோப்பா, அமெரிக்கா, இலங்கை, மலேசிய-சிங்கை, பர்மா எனத் தனித்தனியாக வாட்ஸ்அப் குழுமம் என்ற வகையில், தினம் தினம் வரலாறு மற்றும் மொழி தொடர்பான ஆய்வுகள் இத்தளங்களில் பொதுமக்களால் கலந்துரையாடப்படுகின்றன.

தமிழ் மரபு அறக்கட்டளை சார்ந்த நண்பர்கள் தங்கள் ஆய்வு முயற்சிகளை உடனுக்குடன் பதிப்பிக்கக்கூடிய வகையில் வேர்ட்ப்ரெஸ் வலைப்பக்கங்களை ஏற்பாடுகள் செய்திருக்கின்றனர். 'கடிகை' முதன்மை நிலை இணையக் கல்விக்கழகத்தின் வழி இணையம் வழியாக வரலாற்றுப் பாடங்களை உலகத்தமிழ் மக்களுக்கு வழங்கும் பணியைச் சாத்தியப்படுத்தி வருகின்றோம். இதன்வழி ஆய்வுகள் துரிதம் அடைவதும், கற்றல் அனுபவம் துரிதம் அடைவதும் சாத்தியப் பட்டிருக்கின்றன என்பதோடு உலகின் எந்த மூலையிலிருந்தாலும் இணையத் தொடர்பைக் கொண்டு தகவல்களைப் பொது மக்கள் பெறுவதற்கான சாத்தியக் கூறுகளை உருவாக்க முடிந்தது என்பதை நினைத்துப் பார்க்கும்போது இது பெருமை அளிக்கிறது.

சமூக ஊடகங்களை முறையாகப் பயன்படுத்தி அதனால் கிடைக்கக்கூடிய அளப்பரிய நன்மைகளைத் தமிழ்ச்சமூகம் பெறலாம் என்பதற்கு, தமிழ் மரபு அறக்கட்டளை ஒரு நல்ல எடுத்துக்காட்டாகத் திகழ்கின்றது என்பதைக் கூறுவதில் நாங்கள் மகிழ்கின்றோம்.

இது பொய்கள் வெற்றி பெறும் காலம்

"உண்மையின் குரலை ஒலிக்கும் மனிதர்கள் குறைந்துகொண்டே வருகிறார்கள். கண்களை அகலத் திறக்கச் சொல்லிவிட்டு நாக்கை ஒடுக்கிவிட்டது நம் காலம்."

- எஸ். ராமகிருஷ்ணன்

ஏது தர்மம்?

ஏப்ரல் 15, 1861 அமெரிக்காவில் உள்நாட்டுப் போர் தொடங்கி வடக்கும் தெற்கும் தங்களுக்குள் மோதத் தொடங்கியிருந்த சூழலில் நியூயார்க் ஹெரால்டு எனும் நாளிதழில் வந்த ஒரு கட்டுரை அந்த நாட்களில் மிகவும் பரபரப்பாகப் பேசப்பட்டது.

அந்தக் கட்டுரை சொன்ன விசயம் இதுதான். அமெரிக்காவின் முதல் குடியரசுத் தலைவரும் ஐக்கிய அமெரிக்காவின் தந்தை எனப் போற்றப்படுபவருமான ஜார்ஜ் வாஷிங்டனின் உடல் அவரது கல்லறையிலிருந்து அகற்றப்பட்டு வர்ஜீனியா மலைகளுக்குக் கொண்டு செல்லப்பட்டது என்பதாகும். இந்தச் செய்தி அன்று அமெரிக்கர்களைப் பேரதிர்ச்சிக்கு உள்ளாக்கியது.

உண்மையில், அந்தச் செய்தியில் எள்ளளவும் உண்மையில்லை. ஆனால், உள்நாட்டுப் போர் நடக்கும்போது மக்களிடம் பரபரப்பைக் கிளப்ப வேண்டும். மேலும் அவர்களுடைய பதற்றத்தை அதிகப்படுத்தவேண்டும் என்ற சுயநலத்தில் அந்தக் கட்டுரை எழுதப்பட்டது.

இன்று 'போலிச் செய்திகள்' *(Fake News)* தலைப்புச் செய்திகளாக இருந்தாலும், உண்மையில் அது ஒன்றும் புதிதல்ல. அது அமெரிக்காவின் ஜார்ஜ் வாஷிங்டனைக் கூட பாதித்திருக்கிறது என்பதைப் புரியவைக்கவே இந்தச் செய்தி.

அவ்வளவு ஏன், ஜார்ஜ் வாஷிங்டன் உயிரோடு இருந்த காலத்திலேயே ஒரு போலிக்கடிதம் அவருக்கு மிகப்பெரிய தலைவலியாக இருந்தது.

அந்தக் கடிதம், ஜார்ஜ் வாஷிங்டன் இங்கிலாந்து படைகளுக்கு எதிராக அமெரிக்க மக்களை ஒன்றுதிரட்டிப் போராடிக் கொண்டிருந்த நாட்களில் எழுதப்பட்டதாகச் சொல்லப்படுகிறது. அமெரிக்க விடுதலைப்போர் உக்கிரமாக நடந்து கொண்டிருந்தபோது களத்தில் போராடும் கிளர்ச்சியாளருக்கு பிரான்சின் உதவி கிடைக்காத நிலையில் வாஷிங்டன் தன்னுடைய நெருங்கிய உறவினருக்கு அதை அந்தரங்கமாக எழுதியது எனச் சொல்லப்பட்டது.

அந்தக் கடிதத்தில், "...நமது படைகள் களத்தில் மிகவும் பரிதாபகரமான நிலையில் இருக்கின்றன. நமக்குத் தோல்வி தவிர்க்க இயலாத ஒன்றாக இருக்கப் போகிறது. உண்மையைச் சொல்வதென்றால், நாம் வெற்றிபெறத் தகுதியுடையவர்கள் என்று கூட நான் உறுதியாக நம்பவில்லை... " என்ற அந்தக் கடிதம் வாஷிங்டன் அவர்கள் எழுதும் மொழியில் அச்சு அசலாக நம்பகத்தன்மையுடன் எழுதப்பட்டிருந்தது.

அன்று அந்தக் கடிதம் போலியானவை என்ற விஷயத்தை மக்களிடம் எடுத்துச் சொல்லவே அவருக்குப் பல ஆண்டுகள் பிடித்தன. பின் அவர் அதிபராகப் பதவியேற்ற பின்பு

அவர் தனது அமைச்சரவையில் முன்னாள் பிரிட்டிஷ் மேலதிகாரிகளுக்கு இடமளிக்கவில்லை என்ற ஒரு விமர்சனம் எழுந்தது. அப்போது கூட அந்தக் கடித சர்ச்சை மீண்டும் தோண்டி வெளியே எடுக்கப்பட்டது. இவ்வளவு நடந்த பிறகும் அவரால் தன்னுடைய வாழ்நாளின் இறுதிவரையிலும் கூட அந்தப் போலிக் கடிதத்தை எழுதி உலவ விட்டவர் யார் என்பதைக் கண்டுபிடிக்க இயலவில்லை.

அன்று போலவே இன்றும், பல போலிச் செய்திகள் இணையத்தில் (சமூக ஊடகங்களிலும்) வலம் வருகின்றன. முன்பு அவற்றைப் பெரிய ஊடகங்கள் திட்டமிட்டு உள்நோக்கத்தோடு செய்து வந்தன. இன்றைய இணைய உலகில் அது கைமாறி இருக்கிறது அவ்வளவே. நீங்கள் இணையத்தைப் பயன்படுத்துபவராக இருந்தால் தமிழ் வாசிக்கக் கூடியவராக இருந்தால் “தமிழனாக இருந்தால் ஷேர் செய்யவும்” - எனும் தகவலை ஒருமுறையேனும் கண்டிப்பாகக் கடந்து வந்திருப்பீர்கள்.

அதைப் பகிர்ந்திருக்கவும் கூட வாய்ப்பு உள்ளது. பொதுவாக இணையத்தில், வாட்ஸ்-அப், முகநூல் போன்ற ஊடகங்களில் ‘இந்த நபருக்கு ரத்தம் தேவை அவசரம்’, ‘அமெரிக்காவின் நாசா வியந்த திருநள்ளாறு’, ‘இந்தியாவின் புதிய இரண்டாயிரம் ரூபாய் நோட்டில் நேனோ சிப் பொருத்தப்பட்டுள்ளது’, ‘இந்தியாவின் தேசிய கீதம்தான் உலகிலேயே சிறந்த தேசிய கீதமாகத் தேர்ந்தெடுக்கப்பட்டுள்ளது’ இப்படியாகக் கண்ணில் படும் எண்ணற்ற செய்திகள் அடுத்தவர்களுக்குப் பயன்படும் என நினைத்து அவற்றைப் பலர் பகிர்வதை என்னால் புரிந்து கொள்ள முடிகிறது. அது அவரவர் விருப்பம். அதில் யாரும் தலையிட முடியாதுதான். தவறில்லை.

ஆனால், அவ்வாறு வெளியாகும் செய்திகளில் உண்மை உள்ளதா? அல்லது அது எப்போது நடந்தது? என்பதைத் தெரிந்துகொள்வது நல்லது. அதைச் செய்யப் பெரிய மெனக்கெடல்கள் எதுவும் தேவையில்லை. ஒரு சின்ன கூகுள் செய்வதே போதுமானது (அதே நேரம், ஒரு விஷயம் கூகுளில்

வருவதாலே அது உண்மைச் செய்தியாக இருக்கவேண்டியதும் இல்லை)

சமீபத்தில், கத்தார் இளவரசி லண்டன் ஹோட்டல் அறையில் 7 ஆண்களுடன் சிக்கினார் எனும் செய்தி உலகமெங்கும் இணையத்தில் வைரலாகப் பரவியது. ஓர் இஸ்லாமியப் பெண்ணின் படத்துடன் இலண்டனில் இருந்து வெளிவரும் ஒரு செய்தித்தாளின் பெயரையும் குறிப்பிட்டுப் பரவிய அந்தச் செய்தி முற்றிலும் போலியானது. மதக் காழ்ப்புணர்வுடன் பரப்பப்பட்டது என பிறகு கண்டுபிடிக்கப்பட்டது. ஆனால், அதற்கு முன்பே அது பல கோடி பேருக்குச் சென்று சேர்ந்து விட்டது. இப்படிப் பல தவறான செய்திகள் பல ஆண்டுகளாக இணைய உலகில் சுற்றிவருகின்றன.

அந்தச் செய்திகளை மக்கள் தங்களுடைய கலாச்சாரம், பண்பாடு, ஒழுக்கம் இவற்றோடெல்லாம் போட்டுக் குழப்பிக் கொள்ள வேண்டும் என்ற உள்ளர்த்தத்திலேயே அவை பரப்பப்படுகின்றன.

அச்சோ, இணையமோ நாம் நாளிதழ்களில், செய்தித்தாள்களில் ஒரு செய்தியை வாசிப்பது என்பது வேறு. அதையே இணையத்தில் யாரோ எழுதியதை வாசிப்பது என்பது வேறு.

இணையத்தில் சமூக ஊடகங்கள் ‘செய்தி’ தொடர்பான ஒரு புதிய வாசலைத் திறந்துவிட்டிருப்பதால் இனி சமூகத்தின் ஒவ்வொரு பிரதிநிதியும் நான் ஒரு பத்திரிகையாளன்/ஜெர்னலிஸ்ட் எனப் பெருமை அடிக்கலாம்தான். ஆனால், இரண்டையும் சரிநிகர் சமமான தராசில் நிறுத்திவிடக் கூடாது. ஏனென்றால், பத்திரிகை என்பது முறைப்படுத்தப்பட்ட ஒரு கட்டுமானத்துக்குள் வருகிறது. அங்கே தகுதிபெற்ற ஆசிரியர்கள் உண்டு. அவர்கள் இதழியலில் பட்டம் பெற்றிருப்பார்கள். அவர்களுக்குப் படைப்புகளைத் தேர்வு செய்வதில் அனுபவம் இருக்கும்.

ஒரு செய்தி என்றால், அவர்களால், அதன் பின்புலத்தைச் சரியாக அலசி ஆராய இயலும். முக்கியமாகப் பொது ஊடகத்துக்குச்

சார்புநிலை இருக்காது. அவர்களிடம் நம்பகத்தன்மை உண்டு. சமூகத்தின் காவலர்களான அவர்களிடம் கொஞ்சமேனும் பத்திரிகை தர்மம் என்று ஒன்று இருக்கும் என்று இன்றும் நம்புகிறோம். முன்பு, நாளிதழில் ஒரு செய்தி வந்தால் அதுதான் நிஜம். அதை நீதிமன்றத்தில் சாட்சியாகக் கூடக் காட்டலாம். இன்றும் கூட, ஒருவர் தனது பெயரை மாற்றிக்கொள்ள விரும்பினால் அதைச் செய்தித் தாளில் விளம்பரம் செய்து விட்டுப் பிறகு அதை ஆதாரமாக வைத்து மற்ற துறைகளின் ஒப்புதல் பெற வேண்டும் என்ற நடைமுறை இருக்கிறது என்பதை இங்கே நினைவில் கொள்ளவேண்டியிருக்கிறது.

அதே நேரத்தில் ஊடகம் என்பது உள்ளதை உள்ளவாறு மக்களுக்கு எடுத்துரைக்கும் காலம் என்பது போய்விட்டது. பொறுப்புணர்வு மறைந்து இதழியல் தரம் தாழ்ந்து கேவலமான நிலைக்குச் சென்றுள்ளது. வணிக நோக்கில் விளம்பர வருமானத்துக்காக உள்நோக்கத்தோடு எதையும் திரித்து எழுதத் தொடங்கிவிட்டார்கள். (பில்லி வைல்டர் இயக்கிய *Ace in the hole* படத்தைப் பார்த்தால் ஒரு செய்தி எப்படி விற்பனைப் பொருளாகிறது என்பது புலனாகும்) அங்கே அறம் காணாமல் போய்விட்டது. இதுபோன்ற ஊடகங்கள் நாட்டின் சாபக்கேடு எனும் குற்றச்சாட்டும் நம் காதில் விழத்தான் செய்கிறது.

ஆனால், கட்டுப்பாடற்ற இணையத்தில் எந்தவிதமான தணிக்கையும் இல்லை என்பதால், யார் வேண்டுமானாலும் நினைத்ததை எழுதலாம். பகிரலாம். அதில் உண்மை இருக்கலாம். இல்லை அது திரிக்கப்பட்டிருக்கலாம்; அல்லது அந்தச் செய்தி நையாண்டிக்காக எழுதப்பட்ட ஒன்றாக இருக்கலாம். அல்லது அது முற்றிலும் இட்டுக்கட்டப்பட்ட செய்தியாகக் கூட இருக்கலாம் என்பதையும் புரிந்துகொள்ளவேண்டும்.

ஏனென்றால், சமூக ஊடகங்களில் செயல்படும் சிலரின் இலக்கு என்பது பெரும்பாலும் வேறாக இருக்கிறது. ஃபேஸ்புக்கில் எப்பொழுது பதிவிட்டால், எவ்வளவு கவனம் பெறும்? எவ்வாறு பதில்களை இட்டால், மேலும் மேலும் மறுமொழிகளைப் பெறலாம்? எவ்வகையில் படங்களை அமைத்தால்

பெரும்பாலானோரின் விருப்பத்திற்கேற்ப கவர்ச்சிகரமாக விளம்பர வாசகம் போல் ஈர்க்கும். நான்கு விநாடிக்குள் எப்படிப் பார்வையாளரை வீடியோவிற்குள் விழவைத்துச் சுண்டியிழுப்பது. படைப்புகளுக்குச் சம்பந்தமில்லாத கவர்ச்சிகரமான தலைப்பு தந்து கவனம் பெறுவது எப்படி. பொதுநலச்சேவை என்னும் போர்வைக்குள் பதுங்கிக் கொண்டு பணம் பறிப்பது எவ்வாறு, நடுநிலையாளர் போலச் செயல்படுவது எப்படி? விவாதத்தைத் திசை திருப்புவது எனப் பல வேலைகளைச் செய்கிறார்கள். அதற்குப் பின்னால் மிகப்பெரிய வணிகமே ஒளிந்து இருக்கிறது.

அதனால், சமூக ஊடகங்களிலும் இணையத்திலும் பார்ப்பதெல்லாம் உண்மையாக இருக்கவேண்டிய அவசியமில்லை. அவற்றில் பல பரபரப்புக்காக உருவாக்கப்பட்ட செய்திகளாகவும் இருக்க வாய்ப்புள்ளது. இவற்றை ஒழுங்குபடுத்துவதும் எளிதில்லை. அதனால், நாம் கொஞ்சம் எச்சரிக்கையாக இருக்கலாம்.

ஆனால், அது பொதுவாகப் பலருக்குப் புரிவதில்லை. எளிய பின்புலம் கொண்ட பலர் சமூக ஊடகங்களில் வரும் எல்லாச் செய்திகளையும் உண்மை என்று நம்புகின்ற மனநிலையில்தான் இருக்கிறார்கள்.

அந்த எளிய மக்களைக் குறிவைத்தே இதுபோன்ற செய்திகளும் மீம்ஸ்களும் தொடர்ந்து பரப்பப்படுகின்றன. அந்த அறியாமையே போலியான பதிவுகளை வெளியிடுபவர்களின் பலமாக இருக்கிறது. உண்மையான செய்திகளைவிட, போலியான செய்திகள் பல மடங்கு அதிக வேகமாக மக்களைச் சென்று சேர்கிறது என்பதைப் படித்தாலே அதன் வீரியத்தை நம்மால் புரிந்துகொள்ளலாம்.

பெரும்பாலும் இளைஞர்கள், இதுபோன்ற பொய்யான தகவல்களை எளிதில் நம்பிவிடுவதாக 2016-ஆம் ஆண்டில் நடந்த ஸ்டான்போர்ட் பல்கலைக்கழக ஆய்வு சொல்கிறது.

கண்ணில் படும் அரைகுறைத் தகவலை வைத்துக்கொண்டு

தம்மைத் தாமே மெருகேற்றிக் கொள்பவர்களும், அதை வைத்து அடுத்தவர்களுக்கு வழிகாட்ட விழைபவர்களும் உண்டு. அது ஒரு தவறான போக்கு.

இங்கே, ஆங்கிலத்தில் *take it with a "grain of salt" or "pinch of salt"* எனும் மரபு மொழியை நினைத்துக்கொள்கிறேன். அதாவது, கண்ணில் படும் ஒரு விடயத்தை அப்படியே ஏற்றுக் கொள்ளாமல் கொஞ்சம் சந்தேகக் கண்ணோடு பார்க்க நாம் பழகிக்கொள்ளலாம்.

தொலைக்காட்சி போன்ற ஊடகங்களிலேயே இப்போது நாம், ‘பொறுப்புத் துறப்பு’ எனும் சொற்றொடரை அதிகம் பார்க்க முடிகிறது. அதனால், தனி மனிதர்கள் பகிரும் செய்திகள் என்றுமே நிபந்தனைகளுக்கு உட்பட்டது என்பதைப் புரிந்துகொள்ள வேண்டும்.

வட்டமாக இருப்பதெல்லாம் தோசை என நினைப்பது எவ்வளவு அபத்தமோ அதேபோல் ஒரு பதிவுக்கான ‘லைக்’-ஐயும், ஷேரையும் மட்டும் பார்த்து அதை எடைபோடுவதும் தான். ஏனென்றால், ஒரு பதிவுக்குப் போலியான லைக்-ஐயும், ஷேரையும் விலைகொடுத்து வாங்க முடியும். (திருட்டுத்தனமாகத் தான்)

சிலர் மற்றவர்களுடைய சொந்தச் சிந்தனையில் உதித்த சிறந்த பதிவுகளைச் ‘சுட்டு’ தன்னுடையது போலப் பகிர்ந்து கொள்வதும், கொஞ்சம் அசந்தால் தங்களுடைய பெயரைக் கீழே போட்டுக்கொள்ளுவதும் கருத்துத் திருட்டு ஆகும். அதுவும் கண்டிப்பாகத் தர்மம் இல்லை.

இதை எழுதிக்கொண்டிருக்கும் தருணத்தில் முகநூலில் நட்பு அழைப்பு விடுத்திருந்த ஒரு திரை நட்சத்திரத்தின் பக்கத்தைப் பார்த்து அதிர்ந்தேன். காரணம், அவர் தன் காலக் கோட்டில் *(Timeline)* பகிர்ந்திருந்த ஒரு நிழற்படம்.

அதில் ஒரு கைக்குழந்தையின் மூக்கிலும் உடலெங்கிலும் குழாய்கள் செருகப்பட்டிருக்கின்றன. அதன் மேல் இந்தக்

குழந்தை ஐ.சி.யூ.வில் உள்ளது. நீங்கள் செய்யும் ஒவ்வொரு பகிர்வுக்கும் ஃபேஸ்புக் 1 டாலர் செலுத்தும். தயவுசெய்து இதைப் பகிரவும் என்றிருந்தது. ஐ.சி.யூ.வில் இருக்கும் எல்லாக் குழந்தைகளுக்கும் இப்படி ஃபேஸ்புக் பணம் செலுத்துகிறது என்றால், அவர்கள் போண்டியாகித் தெருவில் நிற்கமாட்டார்களா என்ன? முட்டாள்தனமான பதிவு என இடது கையால் ஒதுக்கப்பட வேண்டிய இவற்றைச் சமூகத்தில் ஒரு புகழ்பெற்ற ஓர் அந்தஸ்தில் இருக்கக் கூடிய அந்த நடிகை பகிர்ந்திருந்ததைப் பார்த்து கொஞ்சம் ஆடித்தான் போனேன்.

இதுபோலச் சமூகத்தில் செல்வாக்குள்ளவர்கள் கூடச் சமயங்களில் போலியான செய்திகளை நம்பி அதைப் பகிர்ந்து வம்பில் சிக்கிக்கொள்வதும் அடிக்கடி நடக்கிறது.

முகமிலி மனிதர்கள்

"டைகர் இங்கே வா!
என்றதும்
வீட்டில் இருந்து
வெளியே வருகிறது
நாய்க்குட்டி"

- நா.முத்துக்குமார்

சமூக ஊடகங்களில் போலியான செய்திகளை, பதிவுகளைப் பிரபலப்படுத்த சமயங்களில் *fake id* மற்றும் *fake share* போன்றவை பெரிதும் உதவுகின்றன.

சரி, அது என்ன ஃபேக் ஐடி? நாம் ஃபேக் எனும் ஆங்கிலச் சொல்லைப் பொத்தாம் பொதுவாகப் போலி என மொழிபெயர்த்து விடுகிறோம். ஆனால், ஆங்கிலத்தில் ஃபேக் எனும் வினைச்சொல்லுக்குச் சமமாக *forgery, counterfeit, sham, hoax, imitation, mock-up, dummy, dupe, phoney, pirate...* எனப் பல சொற்களைப் பயன்படுத்துகிறார்கள். நாம் கூடத் திருட்டுத்தனமாக அச்சடிக்கப்படும் நோட்டுகளை (பணத்தை) போலி நோட்டுகள் எனச் சொல்லாமல் கள்ளநோட்டு என்போம். ஆங்கிலத்தில் அதை *counterfeit money* என்பார்கள். அதாவது, போலியான ஒன்று உண்மையான ஒன்றைவிடச்

சமமான அல்லது அதிக மதிப்புடன் இருக்கும்போது அதை *counterfeit* எனச் சொல்வது பொருத்தமாக இருக்கும்.

தமிழில் கூட வினை மரபுச் சொற்கள் என்றொரு விஷயம் இருக்கிறது. அதாவது, நம் முன்னோர்கள் நெடுங்காலமாக எப்பொருளை, எச்சொல்லால் எப்படிச் சொன்னார்களோ, அச்சொல்லை அப்படியே சொல்வது மரபாகும். அம்பு எய்தார், தண்ணீர் குடித்தாள் என்பது போல. இங்கே அம்பு போட்டார், தண்ணீர் சாப்பிட்டாள் எனச் சொன்னால் நம்மால் புரிந்து கொள்ள முடியாதா என்ன! அது ஒரு மரபு அவ்வளவே.

நாம் ஃபேக் ஐடி விவகாரத்துக்கு வருவோம். ஃபேக் ஐடி என்பதைக் கூகுள் போலி அடையாளம் என மொழிபெயர்க்கிறது. சரி, போலி அடையாளத்திலும் ஒரு நுட்பம் இருக்கிறது. இப்படி எடுத்துக்கொள்வோமே.

உங்களுக்குத் தெரியாமல் உங்களுடைய பெயர், படத்துடன் ஒருவர் டிவிட்டர் கணக்கு ஒன்றைத் தொடங்கிவிட்டார் என வைத்துக்கொள்ளுங்கள். அது உங்களைப் பொறுத்தவரை ஒரு போலி அடையாளம். மற்றவர்களுக்கு? அது நீங்கள் இல்லை என நீங்களாகச் சொல்லாதவரை, அந்த முகம் அறியாத மனிதர் நீங்களாகவே அறியப்படுவார் இல்லையா? ஒருவர் தன்னை அசலான படத்துடன்; ஆனால் போலியான பெயருடனும் கூடத் தன்னை அடையாளப்படுத்திக் கொள்ளலாம் இல்லையா?

குழப்பாமல் சொல்கிறேனே, ஒரு பெண் இணையத்தில் எடுத்த ரஜினி படத்தைத் தன்னுடைய படமாகவும், தன் பெயரைக் கமல் எனவும் கொடுத்து ஒரு சமூக ஊடகக் கணக்குத் தொடங்கி முகமூடியோடு வலம் வர முடியாதா என்ன?

இதுபோல, இணையம் தரும் சுதந்திரத்தைப் பயன்படுத்தி ஒருவர் மனதில் தோன்றிய பெயரில் பல கணக்குகளைத் தொடங்கி இணையத்தில் தாராளமாகச் செயல்படலாம். இப்படிப் பலர் பூ, பறவை என நினைத்தவற்றைத் தங்களுடைய படங்களாக வைத்துக்கொண்டு முகத்தைக் காட்டாமல் இணையத்தில்

உலாவுகிறார்கள். பெண் பெயரில் ஒளிந்திருக்கும் ஆண்கள், ஆண் பெயரில் புதைந்திருக்கும் பெண்கள் எனப் பலர் இங்கு உண்டு.

ஒரு போலி ஐடி ஒன்றை உருவாக்க ஓர் இமெயில் இருந்தாலே போதும். அதை *recovery* செய்து வெவ்வேறு பெயரில் எத்தனை இமெயில் ஐடி வேண்டுமானாலும் உருவாக்கிக்கொள்ளலாம். அந்த இமெயில் ஐடிகளை வைத்து ஒருவர் கணக்கில்லாமல் எத்தனை பொய்யான அடையாளங்களை வேண்டுமானாலும் உருவாக்கிக்கொள்ளலாம்

இணையத்தில் பலருடைய நிழற்படங்கள் களவாடப்பட்டும் போலிக் கணக்குகள் தொடங்கப்படுகின்றன. அதன்மூலம், ஏற்கெனவே உள்ள அவருடைய நட்புவட்டத்துக்குள் இணைகிறார்கள். பிறகு, அங்கிருந்து பணம் பறிப்பது, தவறான விஷயங்களைப் பரப்புவது போன்ற செயல்களைச் செய்கிறார்கள் விஷமிகள். அதனால், உங்கள் நட்புவட்டத்தில் ஏற்கெனவே இருப்பவர்களிடம் இருந்து இன்னொரு நட்பு அழைப்பு *(Friend Request)* வந்தால் கொஞ்சம் யோசியுங்கள்.

இது ஒருபுறம் என்றால், சிலர் தவிர்க்க முடியாத அரசியல், பாதுகாப்புக் காரணங்களுக்காகத் தங்களுடைய உண்மையான அடையாளத்தை வெளி உலகில் இருந்து மறைத்து அநாமதேயமாக (சுதந்திரமாக) முகமிலிகளாகச் செயல்படுகிறார்கள்.

உதாரணமாக, அரசியல் முக்கியத்துவம் வாய்ந்த பல ஆவணங்களை வெளியிட்டுப் பரபரப்பாக உலக அளவில் கவனம் பெற்ற விக்கிலீக்ஸ் தளம். இது போன்றவர்களைக் *(whistleblowers)* கொண்டே இயங்கி வருவதையும் நாம் இங்கே நினைவுபடுத்த வேண்டியிருக்கிறது.

அதனால், போலி அடையாளங்களில் செயல்படுபவர்களை ஒரே அடியாக நம்மால் ஒழித்து விட முடியாது. வேண்டுமானால் முடிந்தவரை கட்டுப்படுத்தலாம். அதனால், பயனாளிகள்தான் எச்சரிக்கையோடு இருக்க வேண்டி இருக்கிறது.

நம் கண் திறந்திருக்கும்போதே...

2020 ஆகஸ்டு மாதம் சென்னை விமான நிலையத்தில் மக்களவை உறுப்பினர் கனிமொழியிடம் சிஐஎஸ்எப்(CISF) பெண் அதிகாரி ஒருவர், "உங்களுக்கு இந்தி தெரியாதா? நீங்கள் இந்தியரா? " என்று கேட்ட சம்பவம் பரபரப்பாகப் பேசப்பட்ட சமயத்தில் கீழ்க்கண்ட செய்தி இணையத்தில் வைரலானது.

அதன்படி சுமார் 30 ஆண்டுகளுக்கு முன்பு 1989ல் சென்னை கடற்கரையில் தேசிய முன்னணிப் பொதுக்கூட்டம் நடைபெற்றது. அதில் அன்றைய பிரதமர் வி.பி.சிங் கலந்துகொண்டார். அந்தக் கூட்டத்தில் அன்றைய துணைப் பிரதமர் தேவிலால் ஹிந்தியில் பேசினார். அவரது ஹிந்திப் பேச்சைத் தமிழகத்தைச் சார்ந்த ஒரு தலைவரின் மகள் தமிழில் மொழிபெயர்த்தார். அது வேறு யாருமல்ல, ஹிந்திக்கு எதிராக ரயிலே வராத தண்டவாளத்தில் தலை வைத்துப் படுத்த கருணாநிதியின் மகள் கனிமொழிதான் அது. தலைவர் மகள் ஹிந்தி படித்தால் தமிழ் அழியாது. தொண்டரின் மகள் ஹிந்தி படித்தால் தமிழ் அழிந்து விடும். அவ்வளவுதான் பகுத்தறிவு. என குறிப்பிட்டுக்

கனிமொழிக்கு இந்தி நன்றாகவே தெரியும் எனக் கலைஞருடன் கனிமொழி அமர்ந்திருக்கும் ஒரு பழைய படமும் அதில் இணைக்கப்பட்டிருந்தது.

அந்தச் செய்தியைக் கனிமொழி மறுத்த நிலையில், அதன் உண்மைத் தன்மையை ஓர் இணையதளம் புலனாய்வு செய்து வெளியிட்டது. அதன்படி 1989-ல் நடந்த தேசிய முன்னணிப் பொதுக்கூட்டத்தில் தேவிலால் ஹிந்தியில் பேசியதைக் கனிமொழி மொழிபெயர்த்தார் என்பதற்கு ஆதாரங்கள் இல்லை. அதுமட்டுமல்லாமல், கனிமொழி மற்றும் கருணாநிதி இருவரும் இணைந்து இருக்கும் அந்தப் பழைய புகைப்படம் நடிகர் சிவக்குமார் மற்றும் கலைஞர் குடும்பத்தினர் சந்தித்த போது எடுத்துக் கொண்டவை. அவற்றை இந்தச் செய்திக்கு ஆதாரமாகப் பயன்படுத்தி இருக்கிறார்கள் எனும் உண்மையை வெளியிட்டது.

அதைத் தொடர்ந்து ஐ.ஏ.எஸ்.அதிகாரி தேவசகாயம் தேவிலால் உரையை நான்தான் மொழிபெயர்த்தேன் என்று தெரிவித்து அந்த மொழிபெயர்ப்புச் சர்ச்சைக்கு முற்றுப்புள்ளி வைத்தார்.

இப்படித்தான் மொட்டைத் தலைக்கும் முழங்காலுக்கும் முடிச்சுப் போடுவது போலத் தொடர்பு இல்லாத விடயங்களைப் பொய்யான தரவுகளோடு இணைத்து உண்மைப் பதிவுபோலச் சமூக வலைதளங்களில் பரவவிடுகிறார்கள். அதாவது பச்சைப் பொய்யைப் பகலில் கண் திறந்திருக்கும்போது விற்றுவிடுகிறார்கள்.

ஆனால், நரியின் சாயம் வெளுப்பது போல, இப்படி உண்மைக்குப் புறம்பாகப் பரப்பப்படும் செய்திகள் ஒருநாள் போலி எனத் தெரியவரும்போது மக்கள் வேறொரு விடயத்தில் கவனம் செலுத்தத் தொடங்கியிருப்பார்கள். இப்படிப் போலிச் செய்திகளைப் பரப்புபவர்களுக்குத் தேவையெல்லாம் ஓரிரு நாட்களுக்கு மக்களுடைய உணர்ச்சிகளைத் தூண்டிக் கவனம் பெறுவது மட்டுமே. இன்று மிகப்பெரிய விடயமாகப் பற்றி எரியும் விசயம் ஓரிரு நாட்களில் மறக்கப்பட்டுவிடும் என்பதே

அதன் அடிப்படை. வெளித்தோற்றத்தைக் கடந்தும் உண்மை ஒளிந்திருக்கக் கூடும். அதை ஆராய வேண்டும். கண்ணை மட்டுமே நம்பவேண்டியதில்லை.

பல ஆண்டுகளுக்கு முன் சென்னையில் ஒரு மலையாளி எனக்கு மேலாளராக இருந்தார். அப்போதே அவருக்கு வயது 60 இருக்கும். அடுத்தவர்களைச் சரியாக எடைபோட்டு வேலை வாங்குவதில் மிகுந்த கெட்டிக்காரர். அலுவலகத்தில் ஆங்கிலத்திலும், தமிழிலும் சரளமாகப் பேசினாலும் அடிக்கடி மலையாளப் பழமொழிகளை அப்படியே மேற்கோள் காட்டுவார்.

ஒருமுறை அறைக்குப் பேச அழைத்திருந்த அவர் அப்போது புதிதாக வேலைக்குச் சேர்ந்திருந்த ஒரு பையனின் பெயரைச் சொல்லி, அவனுக்கு என்ன வேலை கொடுக்கலாம்? என ஆலோசனை கேட்டார். நிலுவையில் இருந்த எல்லா வேலைகளையும் சொன்னேன். கடைசியில் இதெல்லாம் சரியாக வராது என்றவர், தானாகவே உருப்படாத வேலை ஒன்றைச் சொல்லி அதைக் கொடுக்கலாம் என்றார்.

"அதைப் புதிதாக வந்தவரால் செய்ய முடியாதுங்க" என விளக்கியபோது, அவர்: "எனக்கு அதுதான் வேணும், அவன் அடிக்கடி கேஃப்டேரியா பக்கம் தேவையில்லாமல் கடலை போட்டுக்கிட்டுத் திரியிறான்" என்றவர் சிரித்தபடி "பட்டிக்கு முழுவன் தேங்கா கொடுத்ததுபோல இருக்கணும்" என்றார்.

நான் புரியாமல் தலைசொறிந்த போது, அவர் சிரித்தபடி "மலையாளத்துல அப்படி ஒரு பழமொழி சொல்லுவாங்கப்பா. இட்ஸ் *Like a dog gets a whole coconut. Give something which they cannot use..* அதாம்பா தொந்தரவு தருகின்ற நாய்க்கு முழுத்தேங்காயக் கொடு. அது நம்மல விட்டுப் போய் கொஞ்ச நேரத்துக்கு அத போட்டு உருட்டித் திரிஞ்சிட்டு வரட்டும்" என அர்த்தபுஷ்டியோடு சிரித்தார். இதைத் தமிழில் சிலர் நேரடியாகவே முழுத் தேங்காய நாய் உருட்டுன மாதிரி அல்லது நாய் பெற்ற தெங்கம்பழம் என நேரடியாகவே சொல்வதுண்டு என்றும் பிறகு கேள்விப்பட்டேன்.

சமூக ஊடகங்களில் ஒரு குறிப்பிட்ட நேரத்தில் பரப்பப்படும் விஷயங்களைப் பார்க்கும்போது அந்த மலையாள மேனேஜரைத் தான் நான் நினைத்துக்கொள்கிறேன். வெளியில் இருந்து பார்க்கும்போது தற்செயலாக நடப்பதுபோலத் தோன்றும் பல விஷயங்கள் நமது கண்ணுக்குத் தெரியாத யாராலோ திட்டமிட்டு உருவாக்கப்பட்டுப் பரவியதாக இருக்கும். ஒரு பெரிய விஷயத்தை மறைக்க உப்புசப்பில்லாத அற்ப விசயங்களைக் கூட அனல் பறக்கப் பேசி உணர்ச்சி பூர்வமான விவாதமாக்கி மக்களைத் திசைதிருப்புவார்கள்.

சமயங்களில் அறிவுபூர்வமான அல்லது அந்தச் சூழலுக்குத் தேவையான விவாதங்கள் மக்கள் மத்தியில் ஏற்பட்டாலோ அல்லது அதுபோன்ற ஒரு சூழல் வந்தாலோ அதைத் தடுத்து மடைமாற்றும் வகையிலும் சமூக ஊடகங்களில் இதுபோன்ற தீனிகள் இடப்படுகின்றன.

ஒருமுறை ஈழத்துக்காகத் தன்னை மாய்த்துக்கொண்ட தமிழக மாணவர் முத்துக்குமார் பற்றி ஒரு செய்தி சமூக வலைதளத்தில் வைரலாகப் பரவியது. அதில், "ஈழத்துக்காக எரிந்துபோன முத்துக்குமாரின் தற்போதைய வீட்டு நிலைமை." என்ற தலைப்பில் ஒரு படம் முகநூல், டிவிட்டர் போன்ற தளங்களில் ஒரு சுற்று வந்தது.

அந்தப் படத்தில் பாழடைந்த ஒரு வீட்டின் சுவரில் மறைந்த முத்துக்குமாரின் மார்பளவு புகைப்படம். அதில் காய்ந்து நொய்ந்த ஒரு மாலை தொங்குகிறது. கீழே ஓர் அம்மா கைகூப்பித் தொழுவது போலொரு காட்சி.

அந்தப் புகைப்படத்தை முன்வைத்து ஈழ அரசியலைப் பலர் பக்கம் பக்கமாக விளாசினார்கள். சில நாட்கள் கழித்துத்தான் அந்தப் படம் ஒரு பிழையான படம் எனத் தெரிய வந்தது.

இப்படித்தான் உண்மைச் செய்திகள் நடந்துபோகிறதென்றால் பொய்யும் புரளியும் இறக்கை கட்டிப் பறக்கின்றன. இப்படி ஒவ்வொரு நாளும், ஒவ்வொரு நிமிடமும் உலகம் முழுவதும்

சுற்றும் இதுபோன்ற தவறான தகவல்களால், வதந்திகளால் அன்றாட வாழ்வில் பல அரசியல் தாக்கங்களும், சக மனிதர்களிடம் வெறுப்பு, அச்சம், குழப்பம் போன்ற சமூக ரீதியான தாக்கங்களும் ஏற்படுகின்றன.

சில நேரங்களில் இத்தகைய தவறான தகவல்களால் மக்களுக்கிடையே மத ரீதியான குரோதமும், வெறுப்பும் வளர்ந்து வன்முறையும், உயிரிழப்பும் ஏற்படுகின்றன.

ஃபேஸ்புக் பிரபலம்

'ஃபேஸ்புக் பிரபலம்', 'டிவிட்டர் பிரபலம்' போன்ற சொல்லாடல்களை நீங்கள் கவனித்திருக்க வாய்ப்பிருக்கிறது. அவர்கள் திரைத்துறை போன்ற மற்ற துறைசார்ந்த புகழை இங்கே கொண்டு வராமல், சமூக ஊடகங்களில் தங்களுடைய தொடர்ச்சியான செயல்பாட்டால் பிரபலமடைந்து இருப்பார்கள். அவர்களுடைய பதிவுகளுக்குக் குறைந்த பட்சம் சில ஆயிரம் லைக்குகள், பல ஆயிரம் நண்பர்கள், பின்தொடர்பவர்கள் என அவர்களுக்குப் பின்னால் மிகப் பெரிய படையே இருக்கும்.

புகழ் போதைக் கண்களை மறைக்க அவர்களும் சமயங்களில் அறத்துக்கு வெளியே சென்றுவிடக் கூடிய வாய்ப்பு இருக்கத்தான் செய்கிறது. அப்படிப்பட்ட ஒரு பெண் பிரபலம்தான் ஹிதேஷா. பெங்களூரில் ஐடி நிறுவனம் ஒன்றில் வேலை செய்கிறார்.

அவர் சில மாதங்களுக்கு முன் ஜொமோடோ*(zomoto)* நிறுவனத்தில் உணவுப் பட்டுவாடா செய்யும் ஒரு நபர் தன்னைத் தாக்கி மூக்கை உடைத்ததாகச் சமூக ஊடகங்களின் மூலமாகப் பரப்புரை செய்தார். விசயம் வைரலானது. பிரபலமான அந்தப் பெண் கொடுத்த அழுத்தத்தில் அந்தப் பையனும் கைது செய்யப்பட்டான்.

ஆனால், இரண்டு நாட்களில் திடீர் திருப்பம். காற்று திசைமாறி வீசி, அந்தப் பெண் மூன்று பிரிவுகளில் கைது செய்யப்பட்டுச் சிறையில் அடைக்கப்பட்டார். இரண்டு நாட்களில் என்ன நடந்துவிட்டது? விசாரணையில் அந்தப் பையனை வீணாக மாட்டிவிடும் நோக்கில் இளம் பெண் தன் மோதிரத்தால் தன்னைத் தானே குத்திக்கொண்டு ஆடிய நாடகம் வெளிச்சத்துக்கு வந்ததுதான் காரணம்.

இந்த விவகாரத்தில் சமூக வலைதளங்களின் பங்கேற்பு என்பது அதீதமானது. பதிவு வந்த கொஞ்ச நேரத்திலே அந்தப் பெண்ணுக்கு அளிக்கப்பட்டது அநீதி எனக் கூட்டமாகக் கொந்தளித்து அதை வைரல் செய்தனர். அவர்களுக்கு உண்மையில் என்ன, ஏது நடந்திருக்கும் எனப் பகுத்தாய்வு செய்ய நேரமெல்லாம் இல்லை. பெண் தாக்கப்பட்டார் அதுவும் பிரபலமான இளம்பெண். போதாதா? உடனே நீதி வேண்டும் எனச் சமூக ஊடகத்தில் கிளம்பி அந்தப் பையனைச் சிறையில் அடைத்துவிட்டனர்.

அவர்களுக்கு முதலில் குற்றம் சாட்டியவர் நிரபராதியாகத் தெரிகிறார். பணம் படைத்த வலியவர்கள் எப்போதும் சரி, எளியவர்கள் தவறு என்பது பொதுவான ஒரு சமூக உளவியல். மந்தை மனநிலையின் சாட்சி. அந்த அழுத்தத்துக்குக் காவல்துறையும் விழுந்தது துரதிருஷ்டம்.

இதுபோன்ற ஆட்களுக்குப் பின்னால், ஓர் ஒருங்கிணைந்த கூட்டம் இருக்கும். ஆனால், அதை அறியாமல் எளியவர்கள் கண்மூடித்தனமாக அவர்களுடைய வலையில் மிக எளிதாக விழுகிறார்கள். மின்னுவது எல்லாம் தங்கம் மற்றது எல்லாம் தகரம் எனும் சமூக மனநிலை மாறவேண்டும்.

வதந் 'தீ'

ருக்மணி எனும் மூதாட்டி சில ஆண்டுகளுக்கு முன் திருவண்ணாமலை மாவட்டத்திலிருக்கும் தன் குலதெய்வக் கோயிலுக்குச் சென்றிருக்கிறார். அப்போது, அவர் தன் வெளிநாட்டு உறவினர்கள் தந்த மிட்டாய்களை அங்கிருந்த பிள்ளைகளுக்குச் சாதாரணமாகக் கொடுத்திருக்கிறார். ஆனால், அவரைக் குழந்தைகளைக் கடத்த வந்தவர் என்று கருதி அங்கிருந்த பொதுமக்கள் அவரை அடித்தே கொன்று விட்டனர். கொடுமை. அதற்கு முக்கியக் காரணம் அந்த மக்களிடம் தவறாகப் பரப்பப்பட்டிருந்த வாட்ஸ்அப் வதந்தி என்கிறார்கள். இப்படித் தமிழகம், இந்தியா என்றில்லாமல் உலகம் முழுவதும் வதந்தி - 'தீ' யாகப் பரவுகிறது.

போலிச் செய்திகளைப் பரப்பும் சமூக விரோதிகள் மீது சட்ட நடவடிக்கை என்பது ஒருபுறம் இருந்தாலும் தெரிந்தோ தெரியாமலோ மனிதர்களால் பரவும் போலிச் செய்திகளைத் தடுக்க வாட்ஸ்-அப், முகநூல் போன்ற நிறுவனங்கள் பல துணை நிறுவனங்களுடன் கைகோர்ப்பதோடு மட்டுமல்லாமல் தொழில்நுட்பத்தின் உதவியையும் நாடுகின்றன. அந்த வகையிலேயே இனி வாட்ஸ்அப் தகவல்களை ஒரே வேளையில்

ஒருவருக்கு மட்டுமே பகிர முடியும் என்பது போன்ற கட்டுப்பாடுகள் வந்திருக்கின்றன.

பிபிசி-யும் தன் பங்கிற்கு இதைத் தடுக்கும் வகையில் *Beyond Fake News* எனும் திட்டத்தைக் கையில் எடுத்திருக்கிறது. அதன் மூலமாகத் தொடர் நிகழ்ச்சிகள், ஆவணப்படங்கள் வழியாக மக்களுக்கு விழிப்புணர்வை ஏற்படுத்தி வருகிறது. நம்பகத்தன்மையை அதிகரிக்கும் விதமாக ஃபேஸ்புக், டிவிட்டர் போன்ற நிறுவனங்கள் ஒருவருடைய சுயவிவரத்தைச் சரிபார்த்து புளூ டிக் *(blue tick)* தரும் நடைமுறையை வைத்திருக்கிறது.

முதலில் ஒரு செய்தியைச் சுயாதீனமாக மதிப்பீடு செய்யுங்கள். அதை வாசிக்கும்போதே உங்களால் நம்ப முடியவில்லை என்றாலே அதைப் பகிரும் முன் சற்று யோசிப்பது நல்லது. கூடுமானவரை அந்தச் செய்தி போலியாக இருக்க வாய்ப்புள்ளது. அந்தச் செய்தி ஓர் அமைப்பு, குழு சார்ந்து இருந்தால் இன்னமும் கவனத்தோடு சரிபார்ப்பது நல்லது. அதுபோல புள்ளிவிவரங்கள் தொடர்பானதாக இருந்தாலும் அதைக் கவனத்தோடு உற்று நோக்குங்கள்.

அதிலும் குறிப்பாக உடல்நலம், ஆரோக்கியம், மருத்துவம் தொடர்பான செய்திகளில் கூடுதல் கவனமாக இருப்பது நல்லது. உதாரணமாக, சமீபத்தில் சமூக ஊடகங்களில் மெத்தனால் ஆல்கஹால் கொரோனா நோய்க் கிருமியைக் குணப்படுத்தும் என நம்பி அதைக் குடித்து ஈரானில் நூற்றுக்கணக்கானோர் இறந்தனர் என உலக சுகாதார நிறுவனம் *(WHO)* தெரிவிக்கிறது.

அதுபோல, மருத்துவத் துறையில் அரசுகளையும், மற்ற சுகாதார அமைப்புகளின் செயல்பாட்டையும் ஒரு கூட்டு சதி *(conspiracy theory)* என விவரிக்கும் அமைப்புகள் பல இணையத்திலும் சமூக ஊடகங்களிலும் செயல்படுகின்றன. இந்தப் பரப்புரைகள் மக்களிடம் பரவாமல் கட்டுப்படுத்துவது, அவர்களிடம் விழிப்புணர்வை ஏற்படுத்துவதே தங்களுக்கு மிகப்பெரிய சவாலாக இருப்பதாக உலக சுகாதார நிறுவனம் *(World Health Organization)* சொல்கிறது.

உங்களுடைய நோய்களுக்குத் தடுப்பூசி அவசியமில்லை. வீட்டில் பிரசவம் பார்ப்பது சிறந்தது. இரத்தக் கொதிப்பு என்பது நோயே அல்ல. காய்ச்சலைக் கண்டுகொள்ளவேண்டாம் என்பது மாதிரியான செய்திகளை நம்பி பலர் நோயின் ஆரம்பகட்ட அறிகுறிகளை உதாசீனப்படுத்திவிட்டு நோய் முற்றியபின் மருத்துவமனைக்கு ஓடுவது அதிகரித்து வருகிறது. அதனால், நீங்கள் குறிப்பிட்ட துறை வல்லுநராக இல்லாத பட்சத்தில் எது உண்மை எது போலி எனச் சரியாகத் தெரியாமல் விழிப்புணர்வை ஏற்படுத்துகிறேன் பேர்வழி என கையில் கிடைக்கும் செய்திகளைப் பரப்பி உயிரோடு விளையாடவேண்டாம். இன்று எந்த அளவுக்கு அறிவியல் முன்னேற்றம் அடைந்தாலும் அதே அளவுக்கு மூடநம்பிக்கைகளும் தாறுமாறாக வளர்ச்சி அடைந்துள்ளன.

இன்னொன்று, இந்தியாவில் கொரோனா தொற்றின்போது (மார்ச்-2020), பிரதமர் சுகாதாரத் துறை ஊழியர்களின் முயற்சிகளைப் பாராட்டும் விதமாகக் கைதட்டி, தங்கள் ஆதரவைத் தெரிவிக்கலாம் என அறிவித்திருந்தார். ஆனால், கரவொலி ஓசையால் இது வைரஸைக் கொன்றுவிடும் ஒரு தந்திரம் எனத் தவறாக ஒரு தகவல் வாட்ஸ்-அப் இல் பரவியது. அறிவியல் பூர்வமாக இது சாத்தியமா என ஒரு கணம் யோசித்தால் இதுமாதிரியான முட்டாள்தனமான செய்திகள் பரவாமல் தடுக்கலாம்.

கொரோனா தொற்று உச்சத்தில் இருந்த நேரத்தில் இருந்து இன்றுவரை வாட்ஸ்-அப்பில் அதிர்ச்சி தரும் பல செய்திகள் உலவுகின்றன. அதில் கண்ணில் பட்ட ஒன்று...

அதாவது, COVID-19 எனும் கொரோனா தொற்றுநோய் என்பது போலியானது. அது 5 ஜி நெட்வொர்க் கோபுரங்களை உலகமெங்கும் அமைப்பதால் ஏற்படுகின்ற கதிர்வீச்சினால் வருகிறது. அவ்வாறே எல்லா மனிதர்களையும் இந்த நோய் தாக்குகிறது.

அதோடு மட்டுமில்லாமல், இந்தக் கதிர்வீச்சு உண்மையை

மறைக்கத்தான் *WHO* எனும் உலக சுகாதார நிறுவனம் கொரோனாவால் இறந்த மனிதர்களின் பிரேதப் பரிசோதனைக்குத் தடை விதித்து இருப்பதாகச் சொல்லி இருந்தது. ஆனால், நிலைமை கைமீறிப் போனதால் பிரான்ஸ் மருத்துவர்கள் இந்தத் தடையை மீறி பிணக்கூறாய்வு செய்து (பிரேதப் பரிசோதனை) இந்த உண்மையைக் கண்டுபிடித்து விட்டார்கள் என மேலும் சில மருத்துவத் தகவல்களையும் சேர்த்துச் சொல்லி இருந்தார்கள்.

மேலோட்டமாக வாசிப்பவர்கள் உண்மை என நம்பும்படியான ஒரு மொழியிலேயே அது எழுதப்பட்டிருந்தது. அதை முழுவதுமாக வாசித்து முடித்தபின் டக்கென நான் கேட்டது, "கதிர் வீச்சினால்தான் இவ்வளவு பேர் இறக்கிறார்கள் என்பதை முதலில் வெளி உலகுக்கு மறைக்க முடியுமா?" எனும் ஆதாரமான கேள்வியைத்தான்.

அப்படியே இருந்தாலும், *WHO* பிரேதப் பரிசோதனைக்கு உலகம் முழுவதும் தடைபோடுமா? அது நடக்கும் காரியமா என்ன? எனக் கொஞ்சம் யோசித்தாலே நாம் இதுபோன்ற புரட்டுச் செய்திகள் எனும் மாய வலையில் சிக்காமல் தப்பலாம். நம்மால் பல நல்ல செய்திகளைப் பகிர இயலாவிட்டாலும் பரவாயில்லை; ஒரு தவறான செய்தியைப் பகிரமாட்டேன் எனும் உறுதிப்பாட்டை அனைவரும் எடுப்பது நல்லது. அப்படிப் பகிர்பவர்களுக்கும் நடக்கும் குற்றங்களிலும், தவறுகளிலும் பங்கு இருப்பதாகவே பொருள் கொள்ள வேண்டும்.

பொய்யான ஒரு தகவல் உங்களுடைய கண்களில் திரும்பத் திரும்பப் படும்போது, உங்களுக்குத் தெரியாமலேயே அந்தப் பொய்யை உண்மை என நம்பத் தொடங்கிவிடுவீர்கள் என அமெரிக்காவில் உள்ள ஜார்ஜ் வாஷிங்டன் பல்கலைக்கழகம் செய்த ஓர் ஆய்வு தெரிவிக்கிறது. இப்படி நாம் படிப்பதில் உள்ள உண்மையைக் கண்டுபிடிப்பது எப்படி என்று அறிவது ஒரு தனிக் கலையாகி இருக்கிறது.

ஆமாம். சமூக ஊடகங்களைப் பொதுவாக இணையத்தைப் பயன்படுத்துபவர்களுக்கு *Media Literacy* எனும் பகுத்தாய்ந்து

அறியும் கல்வி அறிவு தேவைப்படுகிறது. வரலாறு தொடர்பான செய்திகளை வாசிக்கும்போதும் கவனமாக இருங்கள். வரலாற்றோடு புனைவு, அறிவியல் இணைந்து மயங்கும்படி எழுதக் கூடியவர்கள் பலர் இருக்கிறார்கள்.

உண்மை போலவே வேடமிட்டு வரும் பொய்களை இனம் காணுவதில் பல சிரமங்கள் உள்ளன. அதுவும் நாம் முற்றிலும் அறியாத துறை குறித்த மாறுபட்ட தகவல்கள் நம்மைப் பல்வேறு திசைகளில் குழப்பித் திண்டாட வைக்கும்.

அதனால், குறிப்பிட்ட தகவல்கள் பகிரப்படும் தளம் சரியான தளம்தானா என்பதில் தொடங்கி, சொற்பிரயோகம், எழுத்துப் பிழைகள், சான்றாக அவர்கள் மேற்கோள் காட்டும் நபர்கள் அல்லது தளங்கள், பகிர்வது யார், அதை எழுதியவர் யார் போன்றவற்றைச் சரிபார்ப்பது நல்லது. பாலையும் தண்ணீரையும் கலந்து வைத்தால் பாலை மட்டும் எடுத்துக்கொள்ளும் அதிசய சக்தி அன்னப்பறவைக்கு உண்டு என்பார்கள் அதுபோல அறிவு முதிர்ச்சியோடு தவறான செய்திகளை மெய்யானவற்றில் இருந்து பிரித்து அறியும் சக்தியை நாம் அனைவரும் வளர்த்துக்கொள்ளத்தான் வேண்டியிருக்கிறது. புரளியை நம்பாத அறிவியல் பார்வை மிக முக்கியம். வேறு வழி இல்லை.

இதுபோன்ற செய்திகளின் உண்மைத்தன்மையைச் சோதித்துப் பார்க்க

www.factcheck.org
www.snopes.com
Altnews.in
Boomlive.in
Thequint.com>news>webqoof
Tamil.factcrescendo.com
Youturn.in
Factly.in
www.politifact.com

போன்ற இணையதளங்கள் ஓரளவு பயன்பட வாய்ப்புள்ளது. ஏனென்றால், இணையத்தில் எல்லா மொழிகளிலும் உலவும் 'கட்டுக்கதைகளும் வதந்திகளும்' பற்றிய தகவல்கள் அனைத்தும் இங்கே இருக்க வாய்ப்பில்லை. தேவைப்பட்டால், உங்களுடைய சந்தேகங்களை அவர்களுக்கு அனுப்பி அதன் உண்மையை நீங்கள் அறிய முற்படலாம்.

அதுபோல, செய்திகளின் நம்பகத்தன்மையை உடனடியாக உறுதிப்படுத்த முன்னணி செய்தித்தாள்கள், அரசு நிறுவனங்கள் அல்லது *Associated Press, PTI* போன்ற அந்தந்த நாடுகளின் முன்னணி செய்தி நிறுவனங்களின் இணையதளத்தையும் நாடலாம்.

சமூக ஊடகங்களில் கண்ணில்படும் ஒரு செய்தி போலி என நினைத்தால் முகநூல், டிவிட்டர், டிக்டாக் போன்ற உரிய நிறுவனங்களிடம் அதைத் தாராளமாகப் புகாராகத் தெரிவிக்கலாம் என உலக சுகாதார நிறுவனமே அறிவுறுத்துகிறது.

இதற்கெல்லாம் யாரிடம் நேரமிருக்கிறது? ஒரு செய்தியை மெய்யா பொய்யா இல்லை இரண்டுமா என ஆராயும் அந்த நேரத்தில் இன்னமும் நான்கு செய்திகளைச் சுடச்சுட வாசித்து, பிடித்திருந்தால் பகிர்ந்துவிடுவோமே எனச் சிலர் சொல்வதையும் கேட்க முடிகிறது. ஆனால், வேறு வழியில்லை.

இல்லை என்றால், நேர விரயத்தோடு, வேண்டாத சட்டப் பிரச்சினைகளிலும் சிக்க நேரிடும்.

சமூக ஊடகங்களில் பலர் தங்களுக்கு வசதியான, உவப்பான ஒரு கருத்தைச் சொல்லும் ஒருவரிடம் போய் ஆதாரம் என்ன? தரவு என்ன? என்றெல்லாம் கேட்காமல் தாராளமாகப் பகிர்ந்து கொள்வார்கள். அதுவே மாற்றுக் கருத்து என்றால் அதற்கு மட்டும் தரவுகள் எல்லாம் எடுத்து வைத்தாக வேண்டும். அதாவது எனக்குத் தேவைப்பட்டது, அது சாதகமானது என்றால் கண்களைத் திறந்து பார்ப்பேன் இல்லை என்றால் கண்களை மூடிக்கொள்வேன் எனும் போக்கும் மாறவேண்டும்.

அடிப்படையில் நமக்குத் தேவை உண்மை, நாம் விரும்பும் கருத்துகள் அல்ல.

மூளையின் பிள்ளைகள்

ஒரு தவறான செய்தி என்பது எழுத்தாக மட்டும் இருக்கவேண்டும் என்பது அவசியமில்லை. அது புகைப்படமாகவும் ஒலி(ஆடியோ), ஒளிப் (வீடியோ) பதிவாகவும் இருக்க வாய்ப்புள்ளது. ஒரு காலத்தில் நிழற்படம் பொய் சொல்லாது என்றார்கள்.

ஆனால், நம் காலத்தில் நிழற்படங்களில் ஒருவருடைய தலையைக் கொய்தெடுத்து இன்னொரு உடலில் பொருத்தி போட்டோ-ஷாப் உதவியால் அறுவை சிகிச்சை செய்தனர்.

அப்படி, ஒரு படம் என்ன பெரிதாக சாதித்து விட முடியும்? என்பவர்களுக்கு - உலகத்தையே தன் பக்கம் திருப்ப முடியும் என பதில் சொன்னது துருக்கிக் கடற்கரையில் ஒதுங்கிய அய்லான் குர்தி *(Alan Kurdi)* எனும் சிறுவனின் படம்.

தற்போது புகைப்படத்தோடு சேர்த்து வீடியோவும் பொய் சொல்லும் என நிரூபிக்கப்பட்டுவிட்டது.

ஆமாம், ஒருவரைத் தவறாக வழிநடத்த படங்கள், ஆடியோ பதிவுகள் மட்டுமல்ல, வீடியோக்களில் கூட தில்லாலங்கடி வேலைகள் செய்யப்படுகின்றன. ஒருவருடைய மேடைப் பேச்சைக் கூட ஒரு திறமையான எடிட்டரால் வெட்டி ஒட்டி வேறு பொருளைத் தரும் வகையில் புது வீடியோவை ஏற்படுத்திவிட முடியும்.

செயற்கை நுண்ணறிவின்(*Artificial Intelligence*) உதவியால் ஒரு நபர் பேசாதவற்றையும் பேசுவது போன்ற செயற்கை வீடியோக்களை ஏற்படுத்தும் தொழில்நுட்பம் கூட வந்துவிட்டது.

Reference- Fake videos of real people (https://youtu.be/o2DDU4g0PRo)

2020-இல் ஜோ பைடன் அமெரிக்க அதிபர் தேர்தலில் போட்டியிட்டபோது அவருக்குக் களங்கம் விளைவிக்கும் நோக்கில் அவருடைய மகன் ஹண்டர் பைடன், சீனா-வுடன் இரகசிய உறவு கொண்டிருக்கிறார் எனும் கட்டுரை இணையத்தில் வேகமாகப் பரவியது.

அந்தக் கட்டுரையின் உண்மைத்தன்மையை ஆராய்ந்தபோது அதை மனிதர்களே எழுதவில்லை மாறாக ஆழ்ந்த செயற்கை நுண்ணறிவுத் (*Deep Artificial Intelligence*) தொழில்நுட்பத்தின் உதவியால் எழுதப்பட்டது என்று கண்டறியப்பட்டது. அரசியல் காழ்ப்புணர்ச்சியின் காரணமாக எழுதப்பட்ட அந்தக் கட்டுரையின் ஆசிரியர் *Martin Aspen* (படத்தோடு) என்றிருந்தது.

உண்மையில் அவரும் ஓர் உயிருள்ள மனிதரே இல்லையாம். ஆமாம், சுவிஸ் நாட்டில் பணிபுரிவதாகச் சொல்லப்பட்ட அந்தக் கட்டுரையாளர் ஆழ்ந்த செயற்கை நுண்ணறிவுத் தொழில் நுட்பத்தால் உருவாக்கப்பட்ட கற்பனை நபர் (தொழில்நுட்பக் குழந்தை?).

இந்தப் போலி முகங்களை நாமும் விலைகொடுத்து வாங்கிப் பயன்படுத்த இயலும். தேவைப்பட்டால் அவர்களின் தோற்றத்தை நாம் விரும்பிய இனத்தவராக, நிறமுடையவராக மாற்றியமைத்துக் கொள்ளலாம். அவர்களைப் பேச, பாட வைக்கலாம். ஆனால், வெளிப்பார்வையில் அவர்களுக்குள் இருப்பது உண்மை மனிதனா இல்லையா என்பதை ஊடுருவிப் பார்க்க இயலாது. அதன் மேற்பரப்பை மட்டுமே நம்மால் தொட முடியும்.

இப்படித் தொழில்நுட்பத்தின் உதவியால் மக்களைத் திசை

திருப்ப தினசரி உள்நோக்கத்தோடு ஏதாவது பரபரப்பு மற்றும் மடைமாற்றும் செய்திகளைச் சிலர் கசியவிடுகின்றனர்; அல்லது சில நாடுகள் தொடர்ந்து கசியவிட்ட வண்ணம் இருக்கின்றன. அதை வைத்துக்கொண்டு சமூக ஊடகங்களும், இணையமும் தொடர்ந்து முட்டி மோதி விவாதித்துக்கொண்டுதான் இருக்கின்றன.

அதனால், நாம் விழிப்புணர்வோடும் முதிர்ச்சியோடும் தர்க்கரீதியில் யோசித்து நம் முடிவுகளை எடுக்கவேண்டியது என்பது காலத்தின் கட்டாயம்.

அரசியல் கட்சிகளின் தொழில்நுட்பப் (ஐடி) பிரிவுகள்

சும்மா புகுந்து விளையாடு

பெரும்பாலும் பொதுவெளியில் அரசியல் குறித்துப் பேசுவதில்லை என்றாலும், அரசியல் தலைவர்களின் ஆளுமைத்தன்மைக்காக அவர்களுடைய செயல்பாடுகளை நான் கொஞ்சம் உன்னிப்பாகக் கவனிப்பவன்தான். அந்த வகையில் சில ஆண்டுகளுக்கு முன் தமிழக அரசியல் ஆளுமை ஒருவரைச் சந்திக்கும் வாய்ப்பு வந்தபோது பயன்படுத்திக் கொண்டேன்.

அவர் தமிழகத்தின் சிறந்த மேடைப்பேச்சாளர்களில் ஒருவர். மாநில அளவிலும், தேசிய அளவிலும் அறியப்பட்டவர். பல மக்கள் நலப் போராட்டங்களை முன்னின்று நடத்தியவர். தமிழக அரசியல் களத்தில் கடந்த 50 ஆண்டுகளுக்கு மேலாக மிகத் தீவிரமாகத் தொடர்ந்து செயல்பட்டு வருபவர்.

அவரைச் சென்னையில் இருக்கும் அவருடைய கட்சி அலுவலகத்தில் சந்திப்பதாக ஏற்பாடு. அந்த நேரத்தில் சென்னை இடைத்தேர்தலுக்குத் தயாராகிக்கொண்டிருந்தது.

வெளியே பரபரப்பான சூழல். பிரச்சாரத்துக்குக் கிளம்பிக் கொண்டிருந்தவர் ஏனோ கனிவோடு எனக்கு நேரம் ஒதுக்கித் தந்திருந்தார்.

சுமார் 1 மணி நேரம் கவிதை, இலக்கியம் எனப் பல விஷயங்களைப் பேசினோம். ஆழ்ந்த அறிவு. பேச்சினூடே அரசியலும் வந்தது. கூடவே இன்றைய சமூக ஊடகங்கள் பற்றியும்தான். அப்போது அவர் வணிகமாகிவிட்ட இன்றைய அரசியல் சூழல் குறித்து ரொம்பவே வருத்தப்பட்டுப் பேசினார். இன்று அர்ப்பணிப்போடு கொள்கை, கோட்பாடு எனக் கட்சி வேலை செய்ய ஆட்கள் யாரும் வருவதில்லை என்பதையும் இப்போதெல்லாம் போஸ்டர் ஒட்ட வரும் ஆட்களுக்குக் கூட 500 முதல் 1000 ரூபாய் தர வேண்டி இருக்கிறது என்பதை வெளிப்படையாகக் கூறினார்.

கூடவே ஆட்சிக் கட்டிலில் முன்பு அமர்ந்த, அமரும் பெரிய கட்சிகள் தங்கள் கட்சி எந்திரத்தை இயக்கும் சூட்சுமத்தை நன்றாகத் தெரிந்து வைத்திருக்கின்றன என்பதை அவர் மறைக்காமல் ஒத்துக்கொண்டார். கூடவே, ஒரு குறிப்பிட்ட கட்சியினர் அவருக்கு எதிராகத் திட்டமிட்டு சமூக ஊடகங்களில் தொடர்ந்து கடும் எதிர்ப்பு அரசியல் செய்வதையும் மறைக்காமல் ஒத்துக்கொண்டார். அவருடைய கள அரசியல் செயல்பாட்டோடு சமூக ஊடகச் செயல்பாட்டுக்கும் சேர்த்து அன்று வாழ்த்துகளைச் சொல்லிவிட்டுக் கிளம்பினேன்.

என்னுடைய நண்பர் ஒருவர் சென்னையில் ஒரு பெரிய அரசியல் கட்சிக்கு ஊடக ஆலோசகராக இருக்கிறார். அவருக்குக் கடந்த 20 ஆண்டுகளாகப் பத்திரிகையாளராக வேலை செய்த அனுபவம் உண்டு. அதனால், மக்களுடைய மனவோட்டத்தை நன்றாகப் புரிந்து வைத்திருக்கிறார்.

அவர் தமிழகத்தில் ஒவ்வொரு கட்சியும் நிதி வசதிக்கு ஏற்றபடி தங்களுக்கென ஒரு தொழில்நுட்பப் பிரிவை வைத்திருப்பதாகச் சொல்கிறார் (பிரமுகர்களின் சொந்த ஃபேஸ்புக், டுவிட்டர் கணக்குகள் தனி). அவர்களுடைய அன்றாட வேலையை மேம்படியாக மூன்றாகப் பிரிக்கலாம் என்கிறார்.

ஒன்று, சொந்தக் கட்சித் தலைவர்களின் புகழை நேரடியாகவும் மறைமுகமாகவும் பரப்புவது. இரண்டு, எதிர்க்கட்சிகளைத் தாக்குவது.

மூன்றாவது, தங்களுடைய கட்சி மீது எழுப்பபப்படும் குற்றச்சாட்டுகளுக்கு முட்டுக் கொடுப்பது என்கிறார்.

இவற்றை டிவிட்டரில் ஓரிரு வரிகள், கணக்கிலடங்கா நகைச்சுவை மீம்ஸ்கள், முகநூல், வலைப்பதிவுகள், காணொளிகள் வழியாகச் செய்து முடிக்கிறார்கள்.

அவர்கள் ஓர் அமைப்பாகச் செயல்படும் தைரியத்தில் இதுபோன்ற பல விஷயங்களைச் சளைக்காமல் அன்றாடம் சமூக ஊடகத்தில் புகுந்து விளையாடுகிறார்கள்.

அரசியல் கட்சிகள் மக்களைச் சென்றடைய கட்சி சார்ந்து நாளேடுகள், தொலைக்காட்சி சானல்கள் நடத்துவது போல, இன்று ஆட்களை அமர்த்தி ஐடி பிரிவுகளையும் நடத்துகிறார்கள் அவ்வளவுதான்.

அதனால்தான், தேர்தல் சமயங்களில் வழக்கமான சுவரொட்டிகள், பிரச்சாரக் கூட்டங்கள், தெருமுனைக் கூட்டங்கள், கால் சென்டர்கள் போலச் சமூக ஊடகங்களிலும் இருபத்து நான்கு மணி நேரமும் அனல் பறக்கிறது என்பது புரிகிறது.

அரசியல் என்பது ஹேஷ்டேக்கில் முழக்கமிடுவது மட்டுமில்லை தான். ஆனால், அதி வேகமாக மின்னணு மயமாகி வரும் இந்தியாவில் வீட்டுக்கு வீடு சென்று வாக்குத் திரட்டுவது குறைந்து வருகிறது. சமூக ஊடகங்களைத் தங்களுக்குச் சாதகமாகப் பயன்படுத்திக் கொண்ட கட்சிகள் மட்டும் இன்று வெற்றி பெற முடிகிறது என்பது கண்கூடு.

அரசியல் கட்சிகள் விளம்பரம் செய்ய, மக்கள் செல்வாக்கைப் பெற, அதைத் தக்கவைத்துக் கொள்ள, மக்களுடைய அரசியல் பார்வைகளை மாற்ற சமூக ஊடகங்களை நேர்மையாகப்

பயன்படுத்துகின்றன என்பது ஒருபுறம் என்றால், அதில் தில்லுமுல்லுகள் செய்வது இன்னொருபுறம்.

அரசியல் கட்சிகள் எப்போதும் போலியான செய்திகளை இரசித்து ஊக்குவிக்கின்றன. மக்கள் பரபரப்பை விரும்புகிறார்கள். அதனால், அவர்கள் எதை எப்படிச் சொன்னால் ரசிப்பார்கள், உணர்ச்சிவசப்படுவார்கள் என்பதையும் நன்கு தெரிந்து வைத்திருக்கின்றன. வெறுப்பரசியலையும் வளர்க்கின்றன. இவையெல்லாம் வாக்கு அரசியலின் வியூகம், ராஜ தந்திரம் என்ற பெயரில் அனைத்திற்கும் நியாயம் கற்பிக்கப்படுகிறது.

கூடவே இதற்கு, பாட் *(BOT)* எனும் போலிக் கணக்குகளை வேறு பயன்படுத்துகிறார்கள். கடந்த 2016 ஆம் ஆண்டு அமெரிக்க அதிபர் தேர்தலின்போது, ரஷ்யாவில் இருந்து ட்விட்டர் கணக்குகள் மூலம், ட்ரம்ப்பிற்கு ஆதரவாகவும், ஹிலாரிக்கு எதிராகவும் பிரச்சாரம் செய்யப்பட்டது உண்மை என்பது பின்புதான் உறுதிசெய்யப்பட்டது.

2014-இல் வட ஈராக் தாக்குதலின் *(Northern Iraq offensive)* போது கிளர்ச்சியாளர்கள் தங்களுடைய தொடர்ச்சியான சமூக வலைதள பிரச்சாரங்களின் மூலம் பல்லாயிரக்கணக்கான போராளிகளைத் திரட்டியிருப்பதைப் பார்க்கும்போது, சமூக ஊடகங்கள் இன்று நவீனப் போர்க்களமாகி இருப்பதையும் அறியமுடிகிறது.

அதுபோல, ஒருவர் குறிப்பிட்ட விசயத்தில் ஆர்வம் உள்ளவர் எனில் அவருக்கு அது தொடர்பான தகவல்களே அதிகம் முன்வைக்கப்படும் எனும் முகநூலின் எளிய சூத்திரத்தைப் பயன்படுத்தி கேம்பிரிட்ஜ் அனல்டிகா *(cambridge analytica)* எனும் பிரிட்டனைச் சேர்ந்த தனியார் நிறுவனம் 2016 அமெரிக்கத் தேர்தலில் புகுந்து விளையாடி இருந்ததும் பிறகுதான் தெரிய வந்தது.

இதுவும் சமூக ஊடகங்களில் பல பில்லியன் டாலர் வணிகம்.

பாகம்—2

சமூக வலைப்பின்னல்களும் இடைவெளிகளும்

சமூக ஊடகங்களில் உலவ ஒவ்வொருவருக்கும் ஒரு நோக்கம் இருக்கிறது. அவரவர் தங்களுக்குப் பிடித்ததை விரும்பியதை இங்கே கிடைத்த சுதந்திரத்தோடு செய்கிறார்கள்.

அதில் முதன்மையானவை நான்கு. 1. எழுது அல்லது பேசு, 2. விரும்பு, 3. பகிர், 4. கருத்து சொல்.

அதைச் செய்வதில்தான் எத்துணை முரண்பாடுகள்.

இணையத்தில் கணினிகள் பின்னிப் பிணைந்திருப்பதால் அதை வலைப்பின்னல்கள் என்கிறோம். ஆனால், அதில் இணைந்திருக்கும் மனிதர்களுக்கு இடையேதான் எத்துணை பெரிய இடைவெளிகள்...

நிறவெறி

எனக்குத் தெரிந்த ஒரு பெண் முகநூலில் தமிழ்நாட்டில் இருந்தபடியே புடைவை வியாபாரம் செய்து வருகிறார். அவர் ஒருநாள் தன்னிடம் விற்பனைக்கு வந்த புதுப்புடைவைகளை விளம்பரப்படுத்த வேண்டி அவற்றைத் தனது ஆடையின் மேல் பொருத்திக்காட்டி முகநூல் லைவ் செய்தார்.

அவர் பல ஆண்டுகளாக முகநூல் வியாபாரம் செய்து வந்தாலும் நேரடியாக லைவ்-ஆக வருவது அதுதான் முதல்முறை. வந்து சேர்ந்தது வினை.

மிகக் கேவலமான வசைகள். ஆண்களிடமிருந்து, "உனக்கு வேற மாடல் கிடைக்கலயா?", "கண்ணாடி பாக்குறது உண்டா...?", "நீ பாக்க சகிக்கல..." என்பது மாதிரியான பல பின்னூட்டங்கள்.

அவருக்கு அதிர்ச்சி. இன்னொருபுறம் ஆற்றாமை. வந்தது பெருங்கோபம். பொங்கிவிட்டார். ஆண்களைச் சாடும் சூடான ஒரு பதிவிட்டார்.

"நீங்க இவ குண்டா இருக்கா... அழகா இல்ல... கறுப்பா இருக்கா... அழகா இல்ல என என்ன பேச்சு இது?

இப்படி ஏதேதோ சொல்லி எங்களுடைய (பெண்களோட) தன்னம்பிக்கையையும் திறமைகளையும் சுத்தமாக அழித்து விடுகிறீர்கள்.

அதனால் எங்களுக்கு ஒரு குறிப்பிட்ட துறையில் திறமை இருந்தால்கூட நீங்கள் நினைக்கும் அழகோட நாங்கள் இல்லை என்றால் எங்களால் ஓர் எட்டு கூட எடுத்து வைக்க முடிவதில்லை. குறைந்தது பண பலம், ஆள் பலமாவது தேவை. அது எல்லோரிடமும் இருக்கிறதா என்ன?

எனக்கு நன்றாக நியூஸ் வாசிக்கத் தெரியும். ஆழமான கம்பீரமான குரல் எனக்கு. அதுவும் பள்ளிக்கூடத்திலிருந்து வாசித்துப் பழக்கம். நல்ல அடித்தளம். ஆனால், அதில் மேலும் முன்னுக்கு வர நினைத்தால், அதிலும் நல்ல அழகாக இருக்கும் பெண்களால் மட்டும்தான் வர முடியும். உங்களைப் போன்ற ஆண்களைப் பொறுத்தவரை அழகென்றால் என்ன? நிறமாக, உயரமாக, எடுப்பாக இருக்க வேண்டும் எனப் பல பல இத்யாதிகள்.

எனக்குச் சிறுவயதில் இருந்து எத்தனை ஆசைகள்? பரதம் கற்றுக்கொள்ள, பாட்டுப் பாட ஆசையும் இருந்தது. விளையாட்டில் வாலிபால் விளையாடும் ஆசையும்கூட இருந்தது. அதற்கான திறமையும் ஓரளவு இருந்தது. தடையாக இருந்தது என் நிறம்.

இப்படிப் பேசிப் பேசியே இங்கே என்னைப் போல பல பெண்களின் திறமைகள் முடங்கிக் கிடக்கின்றன. சரி, அதற்குக் கொஞ்சம் மேக்கப் செய்யலாம் என ஆரம்பித்தால், சும்மா விடுவீர்களா என்ன, இந்தக் கேடுகெட்ட மூஞ்சிக்கு இது தேவையா என்று கமெண்ட் வரும்.

ஐயோ, இத்தனை வருசத்துல எத்தனை விமர்சனங்களை நான் தாண்டி வந்திருக்கிறேன். அதனால், நிறைய இழக்கவும் செய்திருக்கிறேன். காரணம்? தாழ்வு மனப்பான்மை.

அந்தத் தாழ்வு மனப்பான்மை கண்டிப்பாக என்னுடையது

இல்லை. எனக்குள் திணிக்கப்பட்டது. எனக்கு அது தேவை இல்லாதது.

எனக்குத் தேவையே இல்லாத அந்த விசயம் எனக்குள் இருந்தது. அது, எனக்கு எப்போ தேவை இல்லைனு புரிஞ்சதோ, என் திறமையின் மீது முழு நம்பிக்கையும் வைக்கணும்னு எண்ணம் வந்ததோ, அப்பவே அதைத் தூக்கி வெளியே போட்டுவிட்டேன்.

அதற்காகவே என்னைப் பாக்குறவங்க அப்படியே பார்த்தால் போதும். எந்த வேசமும் தேவையில்லை என நினைத்து இப்ப மேக்கப்-கூடப் போடுவதில்லை.

இங்கு நான் மூன்று வருடத்துக்கு மேலாகத் துணி வியாபாரம் செய்கிறேன். ஒரு தடவை கூட நான் முகநூல் லைவ் வந்ததில்ல. என் தன்னம்பிக்கையின் மீதும் திறமையின் மீதும் முழு நம்பிக்கை வைத்து இங்கே லைவ் வந்தால்... வேற மாடல் கிடைக்கலையா சகிக்கல... அது இடுப்பா இல்லை அடுப்பா-னு கமெண்ட் வரும்... எனக்குக் கோபம் வருமா? வராதா?

இங்கே நல்ல நிறத்தோடு, ஒல்லியாக, அழகாகக் கவர்ச்சியாக இருக்கும் பொண்ணுங்கதான் புடைவைக்கு மாடலா இருக்கணும்னா. அவர்களுக்குப் பொருந்தும் புடைவை எப்படி உங்கள் (ஆண்கள்) வீட்டு மஹாராணிகளுக்கு அது பொருந்தும்-னு நீங்க யோசிக்கணுமே?

நீங்க யோசித்தீர்களா? இங்கே என்னை அவமானப்படுத்தும் நீங்கள், உங்கள் வீட்டுப் பெண்களை எவ்வளவு கேவலமாக ஏளனப்படுத்தி இருப்பீர்கள்? அதற்கு முதலில் உங்களுக்கு முழுத் தகுதி இருக்கிறதா...?

உங்கள் வீட்டுச் சாதாரணப் பெண்களுக்கு என்னை மாதிரி சாதாரணப் பெண் பொருத்திக் காட்டுகிற புடவைதான் சரியாகப் பொருந்தும் என்ற உண்மையை முதலில் புரிந்து கொள்ளுங்கள் கணவன்மார்களே!

நான் இனி இங்கே இப்படித்தான் இருப்பேன். முகநூலில் லைவ் வருவேன். மாடலிங் செய்வேன். இஷ்டம் இருந்தால் பாருங்கள். அல்லது அருவருப்பாக இருந்தால் கிளம்புங்கள். இங்க யாரையும் வருந்தி வருந்தி அழைக்கவில்லை... ”

என ஆண்களை, மொத்தத் தமிழ்ச் சமூகத்தையே கூண்டில் ஏற்றி இருக்கிறார். அப்படிப் பொங்கிய தோழி தனது பதிவை முத்தாய்ப்பாக இப்படி முடித்திருந்தார்.

(ஏன் இங்கே இவ்வளவு பெரிய விளக்கவுரை என என்னைக் கேட்க வேண்டாம். ஏனென்றால், தைரியமும் தன்னம்பிக்கையும் நிறைந்த எனக்கே இந்த விஷயங்களில் இருந்து மீண்டு வர இத்தனை நாள் ஆனது. இன்னமும் நம்முள் எத்தனையோ பெண்கள் தங்கள் முகத்தை வெளியில் காட்டவே தயங்க முதல் காரணம் இதுமாதிரியான மடசாம்பிராணிகள் தான். அவர்களுடைய வாயில் விழக் கூடாது என அவர்கள் இன்னமும் அஞ்சுகிறார்கள். அதனால்தான் என்னுடைய ஆதங்கத்தை இங்கு பதிவு செய்துள்ளேன். நன்றி!)

இந்தப் பதிவை வாசித்தபோது உண்மையில் அதிர்ச்சியாக இருந்தது. இங்கே ஒரு பெண் நிறத்தில் கொஞ்சம் குறைவாக அல்லது புது நிறமாக இருக்கிறார் என்பது அவ்வளவு பெரிய பிரச்சினையா என்ன? அவர் தன் வாழ்வில் எவ்வளவு சோதனைகளைக் கடந்து வந்திருப்பார். அந்த அழுத்தம் அன்றைய கேவலமான பின்னூட்டங்களால் மேலும் அழுத்தம் பெற்றுப் பூகம்பமாக வெடித்திருக்கிறது.

தோழி சொல்வது போல இன்னும் எத்தனை இலட்சம் பேர் இந்தத் தடைகளை உடைத்துக் கொண்டு அந்த மடசாம்பிராணிகளின் முகத்தில் கரியைப் பூசவேண்டியிருக்கிறது.

இங்கே கவனித்தீர்களா? கரியைப் பூசவேண்டும் என்கிறேன். இப்படித்தான், நம்முடைய ஆழ்மனத்தில் கரி, கறுப்பு என்றால் அவமானம் என்ற எண்ணம் குடித்தனம் இருக்கிறது.

நிறத்தைப் பற்றிப் பேசும்போது அமெரிக்காவில் சமூக

ஊடகங்களில் தொடங்கிய #(BLACK LIVES MATTER- BLM) நினைவுக்கு வருகிறது. அமெரிக்காவில் பல நூற்றாண்டுகளாக நிலவும் நிறவெறி குறித்துத் தனியாகப் பேசவேண்டும். இருந்தாலும் சமீபத்திய BLM டிரெண்ட்(போக்கு) பற்றிச் சொல்லிவிடுகிறேன்.

2020, மே 25-இல் அமெரிக்காவின் மினியாபொலிஸ் நகரத்தில் ஒரு வெள்ளையின போலீஸ்காரர் ஜார்ஜ் ஃப்ளாய்டின் எனும் கறுப்பரின் கழுத்தில் தனது முழங்காலால் பல நிமிடங்கள் அழுத்தியபடி இருந்ததால் அவர் மரணமடைந்தார்.

அதனால், “கறுப்பினத்தவரின் உயிர்கள் முக்கியம்” (Black Lives Matter - BLM) எனும் இயக்கம் மறுபடியும் தெருவில் இறங்கியது. #BlackLivesMatter என்ற ஹேஸ்டேக் சமூக வலைதளங்களிலும் முன்னணி பெற்றது. அமெரிக்காவில் தொடங்கிய அந்தப் போராட்டம் இனவெறிக்கு எதிரான சர்வதேச கவனத்தைப் பெற்றுத் தந்தது.

நிற ‘வெறி’ வேண்டாம். நிற‘பேதம்’ குறித்துப் பேசக்கூட நமக்குத் தகுதி இருக்கிறதா? என நம்மை நாமே கேட்டுக்கொள்ள வேண்டிய இடத்தில் இருக்கிறோம்.

ஏனென்றால், ஒட்டுமொத்த இந்தியாவிலும் நிலவும் பல மோகங்களில் (மொழி உட்பட) நிறத்திற்கு முக்கிய இடமுண்டு. இங்கே ஆண்டாண்டு காலமாக வெள்ளை என்பது உயர்ந்தது, தூய்மையானது, பெருமைக்குரியது எனும் கருத்து தொடர்ந்து நமக்குப் புகுத்தப்பட்டிருக்கிறது.

நாம் மாநிறமான சருமத்தையும், ஆப்பிரிக்கர்கள் கறுப்பான சருமத்தையும் பெற்றிருப்பது என்பது இயற்கையின் மிகவும் இயல்பான ஒரு விஷயம். ஆனால், நிறக் குறைவு என்பது நம்முடைய குறைபாடு என்பது போலொரு தோற்றம் இங்கே ஏற்படுத்தப்பட்டுவிட்டது.

சிவப்பழகு தரும் ஃபேர் அண்ட் லவ்லி விளம்பரங்களுக்கு எதிராக சமூக ஊடகங்களில் கொடி பிடிப்பவர்கள் கூட, // —

tall, slim, pretty, beautiful good-looking... ...And fair, always fair—or even, very fair// என்பது மாதிரியான திருமண விளம்பரங்களைக் கண்டும்காணாமல் இருப்பார்கள். ஏனென்றால், இங்கே ஒருவருடைய தோலின் நிறம் என்பது அவருடைய சமூக நிலை, வர்க்கம், சாதி போன்ற பலவற்றைத் தொடர்புபடுத்துவதாக இருக்கிறது.

காகத்தின் கறுப்பு நிறம் என்பது இயற்கையின் இயல்பு. அது கறுப்பாக இருப்பதால் இழிவின் அடையாளத்தைச் சுமக்க வைக்கப்பட்டிருக்கிறது எனும் (கறுப்பு *X* வெள்ளை) நிறம் பாகுபாட்டைச் சூழிலியலோடு இணைத்து எழுத்தாளர் நக்கீரன் தமது 'சூழலும் சாதியும்' நூலில் விரிவாக எழுதியிருக்கிறார்.

இங்கே ஆண்டாண்டு காலமாக திருமணச் சந்தையில் தோலின் நிறம் என்பது பேச்சுவார்த்தைக்கு உட்பட்டதாகவே இருந்திருக்கிறது. அதாவது, மணப்பெண்களின் தோல் நிறத்தைப் பொறுத்து வரதட்சணையை உயர்த்தியோ, குறைத்தோ கொடுத்து, பேரம் பேசுவது என்பது புதிதான ஒன்றில்லை. இதை நாம் தமிழர்களின் பிரச்சினையாக மட்டும் பார்க்காமல் ஒட்டுமொத்த இந்திய தேசத்தின் பிரச்சினையாகவே அணுக வேண்டி இருக்கிறது.

ஆதி தமிழர்களின் நிறம் கறுப்பு அல்லது மாநிறம் எனச் சொல்லிப் பெருமைப்படும் நாம், நிஜவாழ்வில் கறுப்பைக் கொண்டாடுகிறோமா என்ன? கறுப்பைக் கொண்டாடுகிறோம் என நினைத்து மெட்டுக்காகக் "கறுப்பு தான் எனக்குப் புடிச்ச கலரு..." என எழுதிய அதே பேனாவால் "...கணுக்கால் கூட கறுப்பு இல்ல..." என எழுதி இசையமைத்து ரசித்துப் பாடிக் கொண்டிருக்கிறோம்.

பதினாறு வயதினிலே மயிலு கூட வெள்ளைத் தோலுடன் இருக்கவேண்டும் என எதிர்பார்க்கும் தமிழ்த்திரை ஜாம்பவான்களும், கட்சியைச் சிவப்புத் தோல் நடிகைகளிடம் அடகு வைக்கும் அரசியலும் நமக்குத் தெரிவிப்பதென்ன? இங்கே பெண் சிவப்பாய் இல்லையென நிராகரிக்கும் தமிழன் தமக்குள் ஆண்டாண்டு காலமாக மெல்ல மெல்ல நிறவெறி

ஊட்டப்பட்டதை உணர்ந்திருக்கிறானா?

இரண்டு தமிழ்ப் பெண்களுக்கு அடர் கறுப்பு வண்ணத்தை அடித்துத் தமிழிலக்கியத்தையும் அவமதித்து, "என்னிடமும் இரண்டு பெண் பிள்ளைகள் இருக்கு பழகிக்கோங்க " எனச் சிரித்தபடி வெட்கமின்றிப் பேசும் தமிழறிஞர்களைப் பெற்ற தேசம் நம் தேசம். அதை ரசிப்பது என்பது நாம் வெட்கப்பட வேண்டிய ஒன்று.

சினிமாக்களிலிருந்து சின்னத்திரை வரை கறுப்புத் தமிழச்சிகளை வேண்டாம் என்கிறோமே. இதுபற்றி எல்லாம் இங்கே யாருக்கும் யோசிக்க நேரமில்லை.

அண்மையில் உலக அழகியாக அங்கோலா நாட்டைச் சேர்ந்த ஒரு கறுப்பரினப் பெண்ணையே தேர்வு செய்திருக்கிறார்கள். இவ்வளவிற்கும் அந்த உலக அழகி தேர்வுக் குழுவில் இடம்பெற்றிருந்த பலர் கறுப்பர்களில்லை வெள்ளையர்கள். காலம் மாறிவருகிறது. நம்மால் மேலே தோழி சொன்னது போல ஒரு கறுப்புத் தமிழச்சியைக் குறைந்தபட்சம் தொலைக்காட்சியில் செய்தி வாசிக்க வைக்கக்கூட முடிவதில்லை. அவ்வளவு ஏன், ஒரு ஃபேஸ்புக் லைவ் கூட வரவைக்க முடியவில்லை.

சின்ன வயதில் ஜுவி. யில் "எது அழகு ? " என எழுத்தாளர் சுஜாதாவிடம் கேட்ட கேள்விக்கு அவர் எழுதிய பதில் நினைவுக்கு வருகிறது...

அழகு என்பது *Subjective*. அதற்கான அளவுகோல் என்பது ஊருக்கு ஊர், நாட்டுக்கு நாடு மாறுபடும் என்பதைத் தமது நடையில் அழகாகச் சொல்லி இருந்தார். கடைசியாக ஓர் ஆப்பிரிக்க நாடு ஒன்றின் பெயரைக் குறிப்பிட்டு (பெயர் நினைவில்லை) அந்த நாட்டு அழகிகள் கறுப்பர்கள்தான் என்பதை மறந்துவிட வேண்டாம் எனக் குறிப்பிட்டு இருந்தார்.

ஆமாம். கறுப்பர்கள் நாட்டில் கறுப்பர்கள்தானே அழகிகளாக இருக்க முடியும் என்ற எதார்த்தம் அந்த வயதில் மிக ஆழமாகப் பதிந்தது. மனிதர்களின் நிறம் பற்றிப் பேச்சு வரும்போதெல்லாம் சுஜாதாவின் வரிகள்தான் இன்றும் நினைவுக்கு வருகிறது.

கத்தி—பொம்மை—சிறுமிகள்

சமூக ஊடகத்தில் இளைய தலைமுறையினர் இதையெல்லாம் கூட பகிர்வார்களா? என நான் ஆச்சர்யப்பட்ட ஒரு விசயம்.

என்னுடைய நண்பரின் மகள் சமீபத்தில் தனது 13-வயதை நிறைவுசெய்திருந்தாள். அவர் வீட்டில் நடந்த சின்ன விருந்துக்கு அவளுடைய வயதை ஒத்த சிறுமிகள் சிலரை அழைத்திருந்தார். நான் மட்டுமே அன்று தனியாகப் போயிருந்தேன்.

மற்ற பெற்றோர்கள் யாரும் வராததால் சிறுமிகள் ஒரு சிறு குழுவாகச் சேர்ந்து சுதந்திரமாகக் கூடுதல் கலகலப்புடன் சிரித்துப் பேசிக்கொண்டிருந்தனர்.

சிறிது நேரத்தில் பிறந்த நாள் பாடலுக்குப் பின் விழா நாயகி மெழுகுவர்த்தி அணைத்தாள். கேக் வெட்டினாள். பலூன் (விளையாட்டாக) உடைத்தாள். இதையெல்லாம் அந்தக் குழுவின் தலைவி போல் இருந்த ஒரு பெண், கையில் இருந்த ஐபோனில் படம் எடுத்தபடி இருந்தாள்.

வெட்டிய கேக்கைச் சாப்பிட தட்டுக்குக் காத்திருந்த நேரத்தில், அக்குழுவின் தலைவியின் கண்களில் சோஃபாவில் கிடந்த ஒரு பார்பி பொம்மை கண்ணில் பட்டது.

அதை விழா நாயகியின் கையில் கொடுத்தாள். பின், அவளைக் கேக் வெட்டும் கத்தியால் பொம்மையின் கழுத்தை அறுப்பது போல் பாவனை செய்யச் சொல்லி அதைப் போட்டோ எடுக்க எத்தனித்தாள். அதைச் செய்ய விழா நாயகி சிரித்தபடியே மறுத்தாள். ஆனால், மற்ற சிறுமிகள் அதைப் போட்டி போட்டுச் செய்து காட்டினார்கள். பல படங்கள் எடுக்கப்பட்டன.

சில நிமிடங்களில் ஒரு சிறுமி அடுத்த கட்டத்துக்கு முன்னேறி கழுத்தில் இருந்த (கொரோனா) முகக்கவசத்தை அணிந்து கொண்டு பொம்மையின் கழுத்தை அறுப்பதைச் செய்து காட்டினாள். பின் இன்னொருத்தி, கத்தியை ஆவேசமாகப் பொம்மையின் வயிற்றில் இறக்குவதைப் போல நடித்துக் காட்டினாள். இப்படியாகப் பல படங்கள், வீடியோக்கள் எடுக்கப்பட்டு உடனடியாக முகநூல், ஸ்னாப்சாட்டிலும் பகிரப்பட்டன.

இவை, அனைத்தும் வேடிக்கைக்காகச் சிரித்தபடிதான் நடந்து முடிந்தன.

ஆனால், நான் அந்த விளையாட்டுக்குப் பின், இளைய தலைமுறையின் உளவியலைப் பற்றிச் சிந்தித்துக் கொண்டிருக்கிறேன்.

அவர்களுடைய ஆழ்மனதில் அவர்களுக்குத் தெரியாமல் புதைந்து கிடக்கும் குரோதம், வன்முறை என்பது விவாதிக்கப்பட வேண்டிய ஒன்று.

இணையம், வீடியோ கேம்கள், திரைப்படங்கள் ஆகியவற்றில் மிகச் சாதாரணமாகக் காட்டப்படும் கொடூரமான ஊடகக் காட்சிகளின் வழியாக வன்முறை என்பது இன்றைய தலைமுறையின் அடிமனதில் தொடர்ச்சியாகக் கறைபோல் படிந்துகொண்டிருக்கிறது என நினைக்கிறேன்.

வீடியோ விளையாட்டில் வெல்ல “இன்னொருவரை வெட்டிச் சாய்த்து முன்னேறு!”, “துப்பாக்கியால் ஆள்காட்டி விரல் வலிக்க வலிக்கச் சுட்டுத் தள்ளு...” என்பது போன்ற

செய்கைகள் அவர்கள் நடைமுறை வாழ்க்கையில் இப்படித்தான் பிரதிபலிக்கும் என நினைக்கிறேன். அதே சிந்தனை ஓட்டத்துடன் அவர்கள் நிகழ்கால வாழ்வை எதிர்கொண்டால்...?

சமூகத்தில் சகிப்புத்தன்மை குறைந்துபோவது *empathy* எனும் பச்சாதாபம், கனிவு முற்றிலுமாகத் தொலைந்து போவது, தோல்வி பயம், எப்போதும் கொண்டாட மனநிலையை விரும்புவது என இதற்குப் பல பரிமாணங்கள்.

செய்தி- சமூக ஊடகங்கள் சிலருக்கு வன்முறையின் வடிகாலாகவும் ஆகி இருக்கிறது.

அறைகூவல்கள்

இளையவர்களின் வன்முறை மனப்பான்மை பற்றி எழுதும் இந்த நேரத்தில் நண்பரின் மகன் படிக்கும் பள்ளியில் இருந்து கடந்த வாரம் வந்த ஓர் இமெயில் பற்றிச் சொல்லிவிடுகிறேன்.

'ஸ்வீட் எடு கொண்டாடு' என்பது போல அமெரிக்கப் பள்ளி மாணவர்கள் மத்தியில் டிக்டாக் வழியாகப் புதிய சவால் ஒன்று வைரலாகி உலாவுகிறதாம்.

அதன்படி, மாணவர்கள் பள்ளிக்குச் சொந்தமான பொருட்களை அடித்து உடைத்துத் துவம்சம் செய்வது, இல்லை அவற்றைத் திருடிக்கொண்டு வருவது போன்ற காணொளிகளை எடுத்து டிக்டாக்கில் பகிரவேண்டுமாம். அதைத் தொடர்ந்து நாடு முழுவதும் பல பள்ளி மாணவர்கள் பள்ளிக் கழிவறைகளின் கதவுகளை அடித்து உடைப்பது, அங்கிருக்கும் டாய்லட் பேப்பர்களை உருவி வீசுவது, பள்ளிகளில் இருந்து லேப்டாப்புகளைத் திருடிக் கொண்டு வருவது போன்ற வெறியாட்டங்களில் ஈடுபடுகிறார்களாம்.

இதில் சம்பந்தப்பட்ட மாணவர்களைக் கண்டுபிடித்து உடனடியாக டிஸ்மிஸ் செய்து அவர்கள் மேல் குற்றவியல் நடவடிக்கை எடுக்கப்படும். கூடவே இதனால் ஏற்படும் நஷ்டத்துக்குப் பெற்றோர்கள் பொறுப்பு ஏற்க வேண்டும் என எழுதியிருக்கிறார்கள்.

தலைவலி. தரமான கல்வி அனைவருக்கும் இலவசம் என மாணவர்களை அழைத்தால் அவர்கள் இதுபோலச் செய்யும் வெறியாட்டத்தை எந்த விதத்தில் சேர்ப்பது. குறும்புத்தனத்துக்கும் ஓர் அளவு இருக்கிறதே. இவர்கள் எல்லாம் படித்த படிப்புக்கு என்ன மரியாதை செய்கிறார்களோ தெரியவில்லை (இந்தியாவில் டிக்டாக்-கு தடையிருக்கிறது).

இந்த டிக்டாக் செயலிக்கும் நரம்பு மண்டலத்தை பாதிக்கும் டூரெட்ஸ் *(tourette syndrome)* பிரச்சினைக்கும் கூட தொடர்பிருப்பதாக சமீபத்தில் ஆய்வு முடிவுகள் வந்திருக்கின்றன.

பொதுவாக பெற்றோர்கள் 'சமூகஊடகங்களில் தகாதவை அதிகம்; அதனால் பிள்ளைகளுக்கு வேண்டாம்' என நினைக்கிறார்கள். ஆனால், அவற்றில் நல்லவைகளே இருந்தாலும் சிறுவயதில் தரவேண்டாம் என்கிறார்கள் வல்லுநர்கள். அதற்குக் காரணம் *Social Media is Complicated* என்பதே பதிலாக இருக்கிறது. அதாவது பெரியவர்களை மனதில் கொண்டு வடிவமைக்கப்பட்ட சமூக ஊடகங்கள் முழு மூளை வளர்ச்சி பெறாத பிள்ளைகள் கிரகிக்க மிகக் கடினமானதாம். சந்தைப் படுத்துதல் என்றால் என்ன, தனிமனிதத் தகவல் திருட்டு என்றால் என்ன, விளம்பரங்களின் வழியாக தங்களை யார் எப்படிப் பயன்படுத்தப் பார்க்கிறார்கள் என பலவற்றை அவர்களால் பிரித்து அறிய முடியாதாம்.

கொஞ்சம் வளர்ந்த பிள்ளைகளுக்கோ, வேறு விதமான பிரச்சினைகள். போட்டி, பொறாமை. எனக்கு அவளைப் போல ஆயிரக்கணக்கான நண்பர்களும், பின்தொடர்பவர்களும் வேண்டும், என்னுடைய படத்துக்கு ஆயிரம் லைக்குகள் வாங்கி புகழ்பெற வேண்டும் என்பது மாதிரியான ஏக்கங்கள். அது கிடைக்காத போது தாழ்வு மனப்பான்மை போன்ற பல உளவியல் தொந்தரவுகள்.

கூடுதலாக, சக நண்பர்களின் கேலி, பாலியல் அத்துமீறல்கள் அதனால், தங்கள் உடல் பற்றிய திருப்தியின்மை, இளம் பருவத்திலேயே உடல் பருமன், தூக்கத்தின் தரம் குறைதல், மனச் சோர்வு போன்ற பிரச்சினைகள் முற்றி தற்கொலைவரை போகும் ஆபத்துகள் வேறு.

ஆனால், இன்றைய சூழலில் பெற்றோர்கள் விரும்பினாலும் விரும்பாவிட்டாலும் பிள்ளைகளிடம் இருந்து போனையோ, சமூக ஊடகங்களையோ மறைக்க முடியாது. ஆனால், நேரக்கட்டுப்பாடு இன்றி சின்ன வயதிலேயே சொந்த போன் தருவது என்பதையாவது முடிந்தவரை தள்ளிப் போடுங்கள் என்கிறார்கள்.

2014 ஆம் ஆண்டு வாக்கில் இதே சமூகஊடகங்களில் வைரலாகிய ஐஸ் பக்கெட் சேலஞ்ச் எனும் பனிக்கட்டி வாளி அறைகூவலை இங்கு நினைத்துக் கொள்கிறேன்.

அப்போது *ALS (amyotrophic lateral sclerosis)* எனும் நரம்பணுச்சிதைவு சம்பந்தப்பட்ட ஆராய்ச்சிக்கு நன்கொடை வழங்க வலியுறுத்தி பலர் ஒரு வாளி குளிர்ந்த தண்ணீரைத் தலையில் கொட்டுவது போன்ற காணொளிகளையும் படங்களையும் பரப்பியது நினைவில் இருக்கலாம். அதன் தொடர்ச்சியாக, *ALS* நோய் ஆராய்ச்சிக்கென சுமார் *200* மில்லியன் டாலர்கள் உலகம் முழுவதும் திரட்டப்பட்டது என்கிறார்கள்.

அதுபோன்ற பயனுள்ள சவால்களை, அறைகூவல்களை விடுவது, ஏற்பதைச் செய்யாவிட்டாலும் பரவாயில்லை. மாணவர்கள் கேமராவுக்கு முன்னால் சலவை சோப்பு பாக்கெட்டுகளை முழுங்குவது, எரியக்கூடிய திரவத்தைத் தோலில் ஊற்றி நெருப்பு வைத்துக் கொள்வது போன்ற முட்டாள்தனமான ஆபத்தான விஷயங்களில் ஈடுபடாமல் தவிர்க்க வேண்டும்.

வேண்டுமானால், ரஜினி போல தலைமுடியைக் கலைத்துப் படம் எடு, *10* ஆண்டுகளுக்கு முந்தைய படத்தைப் போடு, உன்னுடைய வீட்டு நூலகத்தைக் காட்டு என யாருக்கும் உபத்திரம் இல்லாத பல ஆயிரம் விசயங்களை ஆண்டு முழுவதும் விளையாட்டாக அவர்கள் செய்துகொண்டிருக்கலாம். பிரச்சினை எதுவும் இல்லை.

மிரட்டலும், அசிங்கப்படுத்துதலும், வெறுப்பும்...

சமீபத்தில் சமூக ஊடகங்களில் கொஞ்சம் அதிகம் பேசப்பட்ட சில பதிவுகளைப் பார்ப்போம்.

1. சென்னையில் வசிக்கும் ஒரு பெண்மணி தன் வீட்டிற்குக் கீழே வாடகைக்குச் சில இளைஞர்களைக் குடி வைக்கிறார். அவர்கள் வீட்டிற்கு விலைமாதர்களைக் கூட்டி வந்து அட்டூழியம் செய்ததால் காவல்துறையில் முறையிட்டிருக்கிறார். புகாரைப் பெற்றுக்கொண்டு வீட்டுக்கு விரைந்து வந்த போலீஸ், இளைஞர்களைக் கண்டிக்காமல் புகார் கொடுத்த அந்தப் பெண்மணி மற்றும் அவரது கணவரை மிரட்டித் திட்டிவிட்டுச் சென்று விட்டார்கள். இதை நான் சும்மா விட மாட்டேன் என அந்தப் பெண்மணி சமூக ஊடகத்துக்கு நியாயம் கேட்க வந்தார்.

வந்தவர் காவல் துறையையும் அப்போதைய ஆளுங்கட்சியையும் சேர்த்துக் குறைசொல்லி முகநூலில் காணொளி ஒன்றை வெளியிட்டார்.

சும்மா இருப்பார்களா நெட்டிசன்கள்? அரசியல் வேறு கலந்து இருந்ததால், ஆளுங்கட்சிக்கு ஆதரவாகவும், எதிராகவும் பலர் பொங்கினார்கள்.

ஒருவர் தாராளமாகப் பெண்மணியை "என்னடி" என விளித்து எழுதுகிறார். அதற்குப் பதில் சொன்ன இன்னொருவர், "அறிவுகெட்ட அதிமேதாவி, அவங்க உன்னோட வீட்டுப் பொம்பளைங்க இல்ல. அதனால, டி போடாத..." என்கிறார் (வீட்டுப் பெண்கள் என்றால் "டி" போடலாம்?).

இன்னொரு சிகாமணி, "கட்சிக்காரங்களுக்கு இந்த விவகாரம் தெரிந்தால் அந்தப் பெண்மணிக்கு எங்க சுளுக்கு எடுப்பாங்க ஜி?" என அப்பாவியாகக் கேட்கிறார். யாரைப் பார்த்து? தன்னுடைய மனக்குமுறலைச் சமூக வலைதளத்தில் முன் வைத்தவரைப் பார்த்து. அதற்கு இன்னொரு யோக்கியவான் சொன்ன பதில் என்ன தெரியுமா? "வேறெங்க, அவனுக கட்சி வழக்கப்படி இடுப்புலதான்."

எப்படி இருக்கிறது சேதி. ஒரு பெண், தனக்கு நியாயம் கிடைக்கவில்லை எனச் சமூக ஊடகத்துக்கு வந்தால் இந்தச் சமூகம் தாங்களும் எந்த விதத்திலும் இளைத்தவர்கள் இல்லை என இடுப்பைத் தொடத் தயாராகிறது. இது பாதிக்கப்பட்ட பெண்ணுக்கு எவ்வளவு மன உளைச்சலைத் தந்திருக்கும்.

இதெல்லாம் நெட்டிசன்களுக்கு ஒரு பொருட்டா என்ன? அவர்கள் வழக்கம் போல இதை மறந்துவிட்டு அடுத்த பந்திக்குப் போயிருப்பார்கள்.

2. அதுபோல, ஓர் அரசியல் புள்ளியின் மகன் திருமண நிச்சயதார்த்தம் இன்று தஞ்சாவூரில் நடந்தது என மணமக்களின் படத்தோடு பதிவிட்டிருந்தனர். அதற்கு ஒருவர், பையன் சட்டையின் மேல் பட்டனைப் போட்டுப் படம் எடுத்து வெளியிட்டு இருந்தால் இன்னும் நன்றாக இருந்திருக்கும் என்கிறார்.

இன்னொருவர், "பையனைப் பாருங்க பெண்ணை விட வயசு ரொம்ப அதிகம் இருக்கும் போல... " அடுத்தவர், "இது அரசியல் காரணங்களுக்காக நடக்கும் திருமணம். பலிகடா ஆக்கியிருப்பாங்க" எனத் தங்கள் சொந்த அனுமானங்களை

முன்வைத்தார்கள். இன்னொரு ஜொல்லர் பொண்ணோட "சைஸ் என்ன இருக்கும் மச்சி? முடிஞ்சது போல இருக்கே..." என்கிறார். எவ்வளவு கோணல் புத்தி பாருங்கள். சமூக வலைதளங்களிலும் இதுபோன்ற விசமக் கோணல் புத்திக்காரர்கள் பலவிதம்.

3. அவர் ஒரு முன்னாள் தொலைக்காட்சி அறிவிப்பாளர். அதனால், தமிழ்நாட்டில் கொஞ்சம் பிரபலம். இசையோடு தொடர்புடையவரும் கூட.

அவர் தமது முகநூலில், இவர் எனக்குத் தெரிந்தவர் என ஒரு கீ-போர்ட் ஆசிரியரின் எண்ணைப் பகிர்கிறார்.

நல்ல விசயம். அதுவரை எந்தப் பிரச்சினையும் இல்லை. ஆனால், அந்தப் பதிவில் ஒருவர் "போன் நம்பர் குடுத்த நீங்க, அவர் சென்னையா?, வெளியூரா என்பதையும் சேர்த்துச் சொல்லி இருந்தால் உதவியாக இருக்குமே..." என கமெண்டில் கேட்டிருக்கிறார்.

பிரபலத்துக்கு வந்தது கோபம். "நானே போனால் போகுதுனு உதவி செய்வோம்னு, நம்பர கொடுத்தா... நீ இவ்வளவு கேக்குறியா? நீ படிச்சவன்தானே, நீயே போன் பண்ணி விசாரிக்கக் கூடாதா என்ன?..." எனக் கோபப்பட்டார்.

கேள்வி கேட்ட அப்பாவியோ, ஐயா சாமி என ஓடாமல் "பொதுவெளியில் ஒருவருடைய எண்ணைப் பகிரும்போது அவருடைய இருப்பிடத்தைக் குறிப்பிட்டால் தேவையில்லாத பல அழைப்புகளைத் தவிர்க்கலாம் இல்லையா? நான் படிச்சவன்தான். அதனால்தான் அவருடைய இடத்தைக் கேட்டேன்" எனப் பணிவுடன் சொல்லி இருக்கிறார்.

இங்கே யார் படித்தவர், பண்புள்ளவர் என்பதை நீங்களே முடிவு செய்து கொள்ளுங்கள்.

இப்படித்தான், சமூக ஊடகங்களில் தவறுகளைச் சுட்டிக் காட்டினால் கூடப் பலருக்கு ஏற்கும் மனநிலை இருப்பதில்லை.

அந்த எதிராளி ஆணாக இருந்தால் எந்த ஒரு தயக்கமும் யோசனையும் இல்லாமல், "நீ படிச்சவனா?", "அறிவு இருக்கா?". அதுவே பெண்ணாக இருந்தால் "நீ என்ன பெரிய உத்தமியா?" என்றெல்லாம் மிகச் சாதாரணமாகக் கேட்டுவிடுகிறார்கள்.

இதற்கெல்லாம் யார் இவர்களுக்கு அதிகாரம் தருகிறார்கள். சிலர் பிரபலம் என்பதால் இதையெல்லாம் அவர்களே எடுத்துக் கொள்கிறார்களா என்ன?

இவையெல்லாம் அறியாமையின் வெளிப்பாடு, நிலப்பிரபுத்துவக் கால அடிமைத்தனம். அவர்களைப் பொறுத்தவரை மற்றவர்கள் அனைவரும் அடிமைகள். எதிர்க் கேள்வி என்பதே கூடாது.

சமீபத்தில் இலங்கை கிரிக்கெட் வீரர் முத்தையா முரளிதரனின் வாழ்க்கையைத் திரைப்படமாக்கத் திட்டமிடப்பட்டது. அதில் முரளிதரன் கதாபாத்திரத்தில் நடிக்க விஜய் சேதுபதி ஒப்பந்தமாகி இருந்தார். மிகுந்த பொருட்செலவில் அந்தப் படம் தயாரிக்கவும் திட்டமிடப்பட்டு விளம்பரங்களும் செய்யப்பட்டன.

ஆனால், ஈழத்தமிழ் மக்களுக்கு எதிர் மனநிலையில் இருந்து அரசியல் பேசும் முத்தையா முரளிதரனின் படத்தில், மக்கள் மத்தியில் பிரபலமான விஜய் சேதுபதி நடிக்கக் கூடாது என பல்வேறு தரப்பில் இருந்து எதிர்ப்புகள் கிளம்பின. குறிப்பாக, ஈழத் தமிழர்கள் பலரும் முத்தையா முரளிதரனின் படத்தில் விஜய் சேதுபதி நடிக்கக்கூடாது என்று சமூக வலைதளங்களில் பரவலாகப் பதிவிட்டு வந்தனர். சமூக வலைதளங்களில் தொடங்கிய அந்த எதிர்ப்பு வலுத்து ஒரு கட்டத்தில் பல பிரபலங்கள் உட்பட அரசியல் கட்சிகளும் நடிகருக்கு வேண்டாம் என வேண்டுகோள் விடுக்கும் வரை சென்றது.

கவிஞர் வைரமுத்து கூட, 'ஈழத் தமிழர்களுக்கு எதிராக இருந்த முரளிதரனைப் பெருமைப்படுத்தும் வேடத்தில் நடிப்பதா? இன உரிமைக்காகக் கலை உரிமையை விட்டுக் கொடுப்பதே விவேகம்' என அவருக்கு அறிவுரை வழங்கி ட்வீட் செய்தார்.

இப்படிச் சமூக ஊடகத்தில் ஒரு கொந்தளிப்பான சூழல் நிலவியபோது, விஜய் சேதுபதியைக் குறிவைத்து அவருடைய மகளைக் கேவலப்படுத்தும் விதமாக ஒரு நபர் வக்கிரமாக ட்வீட் ஒன்று செய்தார்.

மனிதநேயமற்ற அந்தச் செயலை அனைவரும் கண்டித்திருந்தனர். முகம் அறியாத நபராக முதலில் அறியப்பட்ட அந்த நபரும் சில நாட்களில் இலங்கையில் பிடிபட்டார் என நினைக்கிறேன்.

ட்ரோல்கள்

இப்படி அந்த நபரைப் போலச் சமூக ஊடகங்களில் ஒரு கருத்தை வலியுறுத்த ஒருவரை அல்லது ஒருவருடைய குடும்பத்தைப் பற்றி ஆத்திரமூட்டுவது போலப் பேசி, அவர்களைக் காயப்படுத்திச் சீண்டுபவர்களை 'ட்ரோல்கள்' *(Trolls)* என்கிறார்கள்.

ஆங்கிலத்தில் "*Troll*" என்பது "பூதம்" என்ற பொருளிலும் பயன்படுத்தப்படுவதைக் கவனியுங்கள். இந்த ட்ரோல்களின் முக்கிய நோக்கமே மற்றவர்களின் கவனத்தை ஈர்ப்பதுதான். முரளியின் கதையில் விஜய்சேதுபதி நடிக்கக் கூடாது எனும் தமது கருத்தை வலியுறுத்த, அவர் நடிகரின் மகளைக் கேவலப்படுத்தி அசிங்கப்படுத்தும் நிலைக்கு அவர் சென்றார்.

இப்படி இந்த விசமிகள் தாங்கள் சரியென நினைக்கும் கருத்தை முன்னிறுத்த அவர்கள் பாலியல் சீண்டல், வக்கிரம், ஆபாசம், வெறுப்பு என எந்த நிலையையும் எடுக்கத் தயங்க மாட்டார்கள். உண்மையில், அவர்கள் அந்தக் கருத்துக்கு வரும் எதிர்வினைகளைப் பார்த்து மகிழ்ச்சி அடையவே செய்வார்கள்.

சைபர் புல்லிகள்

முன்பு பார்த்தது போல இணையத்தில் அடுத்தவர்களுக்குத் தீங்கு விளைவிக்கும் வகையில் உள்நோக்கத்தோடு ஒருவரைப் பற்றிய செய்திகளைப் பகிர்பவர்களைச் 'சைபர் புல்லி' (Cyber bully)கள் என்கிறார்கள்.

இமெயிலில் மிரட்டல் கடிதம் அனுப்புபவர்கள். "நீ வீட்ட விட்டு வெளியில வரணும்ல? ", "உடம்பு எப்படி இருக்கு", "அவ, ஒரே குண்டு மச்சி" என ட்வீட் அடிப்பவர்கள், பொய்க்கணக்குத் துவங்குபவர்கள் (அந்தரங்கப் படங்களைப் பொதுவெளியில் பரப்புவேன் என மிரட்டுபவர்களும்) என எல்லோரும் சைபர் புல்லிகள்தான். அவர்களுடைய நோக்கம் எதிராளிகளை மிரட்ட வேண்டும், அசிங்கப்படுத்த, அவமானப்படுத்த, எள்ளி நகையாட, சிறுமைப்படுத்த... வேண்டும் எனும் அந்தப் பட்டியல் நீண்டது.

இவர்கள் ஒருவரை எதிர்ப்பது என்று முடிவு செய்துவிட்டால், எதிராளி எதைச் சொன்னாலும் அதை அவருக்கு எதிராகத் தாக்கும் ஆயுதமாகப் பயன்படுத்துவார்கள். சாதி, குலம், கோத்திரம் என அடுத்தவர்களை வேதனைப்படுத்தும் குற்றச்சாட்டுகளைச் சொல்ல எந்தவிதமான தயக்கமும் காட்ட

மாட்டார்கள். அவர்களைக் காயப்படுத்த எந்தக் கீழ்நிலைக்கும் செல்லத் தயங்கமாட்டார்கள்

தங்களுடைய தொடர் தாக்குதல்களால் எதிராளியை நிலைகுலையச் செய்வதில் இந்த விசமிகள் வல்லவர்கள். கணினித் திரைக்கு அப்பால் இருப்பவர் மனிதரா? இயந்திரமா? என நினைக்கும்படி அசர வைக்கும் வேகத்தில் பின்னூட்டங்களையும், பதிவுகளையும் போட்டுக் குற்றம் சுமத்துவார்கள். பகுத்தறிவுக்கு ஒவ்வாத முன்னுக்குப் பின் முரணான விசயங்களைச் சொல்லிக் கூடவே தங்கள் கருத்துகளையும் முன்வைப்பார்கள்

இவர்கள் இப்படித்தான் எனும் முன் அனுமானங்களுடன், முன் முடிவுகளுடன் அல்லது நம்பிக்கையுடன் ஒருவரை அணுகும் இவர்கள், நியாயமற்ற குற்றச்சாட்டுகளை எதிராளியை நோக்கிக் கொட்டுவார்கள். 'ஸ்டீரியோ-டைப்' *(Stereotyping)* என ஆங்கிலத்தில் சொல்லப்படும் அந்த அனுமானங்கள் ஊருக்கு ஊர், நபருக்கு நபர் மாறும்.

எடுத்துக்காட்டாக வட சென்னை குறித்து வெளியில் இருக்கும் ஒரு பிம்பத்தைச் சொல்லலாம். பொதுவாக ஆங்கிலத்தில் பேசுவதையே பெருமை என நினைப்பது. வெள்ளைத் தோல் உடையவர்கள் பொய் சொல்ல மாட்டார்கள். ஒருவருடைய பிறந்த சாதியைக் கொண்டு அவர்களுடைய குணங்களை முடிவு செய்வது. ஒரு பெண் எந்தத் துறையில் இருக்கலாம் என்பது மாதிரியான கட்டுப்பெட்டித் தனங்கள், கறுப்பாக இருப்பவர்களெல்லாம் 'மதராஸி' என வட இந்தியர்கள் முடிவு செய்வது, மாற்று மதத்தினர் மீதான வன்மம் என நம்மிடம் பல பிரச்சினைகள் இருக்கின்றன.

குழப்பம் ஏற்படுத்துவதை நோக்கமாகக் கொண்ட இந்த விசமிகள் பொய் சொல்லக் கொஞ்சமும் தயங்கமாட்டார்கள். தன் மீது வைக்கப்பட்ட குற்றச்சாட்டுக்குப் பதில் சொல்ல முயற்சி செய்யும் எதிராளிகளின் கருத்துகளைக் கூடத் திரித்துச் சொல்லத் தயங்கமாட்டார்கள்.

இணையவெளியில் உள்ள பொதுவான வரைமுறைகளில் சிக்காத இவர்கள் தரம் தாழ்ந்து பேசவும் கூச்சப்பட மாட்டார்கள். புல்லியிங், ட்ரோல் போன்ற கேவலமான செயல்களில் ஈடுபடுவது என்பது ஒருவிதமான குரூர மனநிலை. அது தண்டனைக்குரியதும் கூட.

தனிநபர்கள் போல சமயங்களில் ஊடகங்களும் இந்த அநாகரிகத்தில் இணைந்துகொள்கின்றன. விஜய் சேதுபதியின் விவகாரத்தில் அதைச் செய்தது *Times of India* நாளிதழ்.

இது குறித்துச் செய்தி வெளியிட்ட நாளிதழ் அதை மேலோட்டமாகச் சொல்லிவிட்டிருக்கலாம். ஆனால், சர்ச்சைக்கு உரிய அந்தப் பச்சையான ட்வீட்டைப் புனிதமாகக் கருதி, 'ஸ்கீரின் ஸாட்' எனும் திரைச் சொட்டாக எடுத்துத் தங்களுடைய இணையதளத்தில் போட்டு இன்னும் பல கோடி பேருக்குக் காட்டி அவர்கள் கல்லா கட்டினார்கள். இது ஊடக தர்மமே அல்ல அநாகரிகத்தின் உச்சம்.

இப்படிச் சமூக ஊடகங்களில் வெறுப்பும், மிரட்டலும், அசிங்கப்படுத்துதலும் நாளுக்கு நாள் அதிகரித்து வருகின்றன என்பதை உறுதிசெய்வது, போல இன்னொரு நிகழ்ச்சி ஆந்திராவில் நடந்திருக்கிறது.

வரதட்சணை விவகாரத்தில் இளம் மனைவியைப் பிரிந்த ஒருவர் தம் மனைவியுடன் அந்தரங்கமாக இருந்தபோது எடுத்த படங்கள், காணொளிகளைச் சமூக ஊடகங்களில் வக்கிரத்தோடு பரப்பிவிட்டிருக்கிறார்.

கூடவே, மனைவியை (பெயர்) ஒரு பாலியல் தொழிலாளி என்று குறிப்பிட்டு, அவருடைய புகைப்படத்தோடு கைபேசி எண்ணையும் வெளியிட்டிருக்கிறார். அதைப் பார்த்த பலர் அவரது மனைவியைத் தவறான நோக்கில் தொடர்பு கொண்டிருக்கிறார்கள். இதனால், அதிர்ச்சியும், ஆத்திரமும் அடைந்த மனைவி; கணவன் மீது காவல்துறையில் புகார் தந்திருக்கிறார்.

அதன் அடிப்படையில் கணவர் கைது செய்யப்பட்டு இப்போது விசாரணை நடக்கிறதாம். இத்தனைக்கும் அந்தப் பெண்ணை அவர் காதலித்துக் கரம் பிடித்தவராம். எவ்வளவு கீழ்த்தரம் பாருங்கள். அந்த விசாரணையின் முடிவு என்ன என்று தெரியவில்லை. ஆனால், அன்று ஆத்திரத்தில் மனைவிக்கு அரிவாள் வெட்டு என்றால், இன்று ஆத்திரத்தில் சமூக ஊடகங்களில் வெட்டுகிறார்கள். அதுவும் மிகக் கேவலமாக...

பொதுவாகவே, பெண்கள் தங்களுடைய படங்களை ஒருவித அச்சத்தோடுதான் பொது வெளியில் பகிரவேண்டி இருக்கிறது. அந்தப் படங்களும் திருடப்பட்டு வெட்டி ஒட்டித் தவறாக பயன்படுத்தப்படுகிறது என்பது எந்தவிதமான ஒரு தாக்குதல்?

அப்படி எனக்குத் தெரிந்த பாதிக்கப்பட்டவர் ஒருவர் சென்னையைச் சேர்ந்தவர். அவருடைய ஒரு படம் திருடப்பட்டு ஒரு தரங்கெட்ட பக்கத்தில் தரங்கெட்ட விமர்சனத்துடன் பதிவேற்றம் செய்யப்பட்டிருக்கிறது.

பாதிக்கப்பட்டவர் ஒரு குடும்பப் பெண். அவள் ஒரு குடும்பத்தைச் சார்ந்திருக்கிறாள். அவளைச் சுற்றி ஒரு பெரிய சமூகம் இருக்கிறது. கணவன், மனைவி, குடும்பம், குழந்தை என்று வாழ்க்கை நடத்திக்கொண்டிருக்கிற ஒரு பெண்ணின் நிம்மதியைக் கெடுக்கும் கீழ்த்தரமானதொரு செயல் அது. அந்தப் பெண் முகம் தெரியாத யாரோ ஒருவராக இருக்க வேண்டிய அவசியம் இல்லை. அது நமது மனைவியாக, மகளாக, உடன் பிறந்த சகோதரியாகவும் இருக்க வாய்ப்புள்ளது.

இப்படி பாதிக்கப்படும் பெண் கோழையாக இருக்கும் பட்சத்தில் தவறான முடிவுகள் எடுப்பதற்கு வாய்ப்பிருக்கிறது. அந்தக் குடும்பம் அவளைப் பற்றிய சரியான புரிதல் இல்லாமல் இருக்கும் பட்சத்தில் அவருடைய சொந்த வாழ்க்கை பாதிக்கப்படுவதற்கான வாய்ப்பு இருக்கிறது. அவமானத்தால் நிலைகுலைந்து போகும் அந்தப் பெண் திருமணமாகாதவராக இருந்தால், அவருடைய திருமணம் இதனால் தள்ளிப்போக வாய்ப்புள்ளது. உண்மையில் இதுவும் ஒருவிதமான

பெண்களுக்கெதிரான அத்துமீறல்தான். கத்தியின்றி இரத்தமின்றி நடந்தாலும் இதுவும் பச்சையான வன்முறைதான்.

இப்படி இணையமும் சமூக ஊடகங்களும் வேண்டாதவர்களை அழிக்க, நசுக்க கையில் எடுக்கும் ஓர் ஆயுதமாக மாறியிருக்கிறது*(Weapoized)*.

எதிர்பாலினத்தின் நிராகரிப்புகளை ஏற்க இயலாத மனப்பக்குவம் கொண்டவர்களும் இதையே கையில் எடுக்கிறார்கள்.

இந்த விசயத்தில் பெரியவர், சிறியவர் என்ற வித்தியாசமெல்லாம் பெரிதாக இல்லை. அமெரிக்காவில் நண்பரின் தெருவில் வாய் திக்கும் ஒரு சிறுவனுடன் சேர்ந்து விளையாடியபோது, கிண்டல் அடித்து அவன் உடையைக் கழற்றச் சொல்லி வீடியோ எடுத்து இருக்கிறான் ஒரு தமிழ்ப் பொடியன். அதை அப்படியே இன்ஸ்டாகிராமில் வேறு போடுவேன் என்று அவனும் அவன் நண்பர்களும் சேர்ந்து மிரட்டி இருக்கிறார்கள்.

இப்படிக் கணக்கில் அடங்கா அசிங்கப்படுத்துதல்கள், மிரட்டல்கள், வெறுப்புகள்... எத்துணை மனப்பிறழ்வுகள்.

மரணத்தை விலைகேட்கும் சட்டங்கள்

இவற்றை எல்லாம் கட்டுப்படுத்த வேண்டிய இணைய (சைபர்) சட்டங்கள் இந்தியா என்றில்லாமல் அமெரிக்காவிலும் மாநிலத்துக்கு மாநிலம் வேறாக இருக்கிறது. இந்த நேரத்தில் எனக்குச் சரிகாஷா சம்பவம் நினைவுக்கு வருகிறது.

சரிகாஷா - தமிழ் நாட்டில் இன்னமும் பலர் மறக்காத ஒரு பெயர். சென்னை எத்திராஜ் கல்லூரி மாணவியான சரிகா கல்லூரி அருகேயுள்ள ஜூஸ் கடைக்குத் தனது தோழிகளுடன் சென்றிருந்தார். அப்போது அங்கு ஆட்டோவில் வந்த விசமிகள், பெண்கள் மீது தண்ணீரைப் பீய்ச்சி அடித்தனர்.

அத்தோடு விடாமல், அவர்களில் ஒருவன் அப்படியே சரிகாஷாவின் துப்பட்டாவைப் பிடித்து இழுக்க... நிலைதடுமாறி கீழே விழுந்த சரிகா தலையில் பலத்த காயம் அடைந்து மரணமடைந்தார்.

1998-இல் நடந்த அந்தச் சம்பவம் தமிழக அளவில் மிகப்பெரிய அதிர்வலைகளை ஏற்படுத்தியது. ஈவ்-டீஸிங் எனும் சொல்லாடலையும் பிரபலப்படுத்தியது. சரிகாஷா மரணத்தைத் தொடர்ந்து, தமிழகத்தில் கேலி வதைத் தடுப்புச் சட்டம் இயற்றப்பட்டது.

அந்தக் கொடுமை தண்டிக்கப்படக்கூடிய சட்டமாக மாற சரிகாவின் மரணத்தைத் தமிழகம் விலையாக அப்போது தந்தது. தமிழகம் என்றில்லை, உலகம் முழுவதும் பல

அசம்பாவிதங்கள் சட்டங்களாக மாற, மரணங்களைத்தான் விலையாகக் கேட்கின்றன. இதுபோன்ற துர்மரணங்களில் இருந்தே சமூகம் தனக்கான பாடங்களைக் கற்றுக்கொள்கிறது.

அந்தவகையில் அமெரிக்காவின் ஓஹயோ மாநிலத்தில் 2008-இல் நடந்த ஒரு சம்பவம்.

ஜெசிகா(Jessica logan) எனும் 18-வயது பள்ளி மாணவி தன்னுடைய ஆண் நண்பருடன் ஏற்பட்ட கருத்து வேறுபாட்டால் பிரிகிறார். இதனால் கோபமடைந்த அவருடைய ஆண் நண்பர் வழக்கம் போல ஜெசிகா தன்னிடம் அந்தரங்கமாகப் பகிர்ந்திருந்த ஒரு நிர்வாணப் படத்தைப் படிக்கும் பள்ளி வட்டத்தில் கசியவிடுகிறார். அதைத் தொடர்ந்து பள்ளியில் கிண்டலுக்கும் கேலிக்கும் ஆளான ஜெசிகா பல நாட்கள் மன உளைச்சல் தாங்காமல் தவித்திருக்கிறார்.

இந்த நிலையில், அவருடைய நண்பி ஒருவர் தற்கொலை செய்துகொள்கிறார். அவருடைய மரணச் சடங்கு நிகழ்ச்சியில் கலந்துகொண்டு வீடு திரும்பிய ஜெசிகா கூடுதல் மன அழுத்தத்தில் அன்று தன்னுடைய மரணத்தைத் தாமே தேடிக்கொள்கிறார்.

ஜெசிகா-வின் மரணத்தால் விழித்துக்கொண்ட ஓஹயோ மாநிலம் 2012-இல் பள்ளி வட்டாரத்தில் நிகழும் சைபர் கேலிக்கு எதிராக jessica logan act எனும் தடைச் சட்டத்தை அமல்படுத்தியது. அந்தப் புதிய சட்டம் பள்ளி வளாகம், பேருந்துகள் மட்டுமல்லாமல், பள்ளியால் ஒருங்கிணைக்கப்படும் எல்லா நிகழ்வுகளிலும் மாணவர்களின் பாதுகாப்பை உறுதி செய்கிறது. அதன்படி, மின்னணு உபகரணங்களின் வாயிலாகக் கூட மாணவர்கள் அச்சுறுத்த, துன்புறுத்தப்பட்டால் அதற்குப் பள்ளியைப் பொறுப்பாளியாக்குகிறது.

இப்படி பாலியல் ரீதியாக வெளிப்படையான செய்திகள், ஆபாசப் படங்கள் அல்லது வீடியோக்களை போன், கணினி போன்ற எந்த டிஜிட்டல் சாதனங்களின் வழியாகவும் பகிர்வதை Sexting என்கிறார்கள்.

இது நடந்தது நியூஜெர்சியில் 2010ஆம் ஆண்டு. இதில் தொடர்புடையவர் ஒரு தமிழர்.

தருண் ரவி நியூஜெர்சியில் உள்ள புகழ்பெற்ற ரட்கர்ஸ் பல்கலைக்கழகத்தின் விடுதியில் தங்கி முதல் ஆண்டு படித்துக் கொண்டிருந்தார். அப்போது அவருடைய அறையில் டெய்லர் கிளமென்ட்*(Tyler Clementi)* என்ற அமெரிக்க மாணவரும் தங்கிப் படித்து வந்தார்.

அந்த டெய்லர் ஒருமுறை வேறு நபருடன் ஓரினச் சேர்க்கையில் ஈடுபட்டதைத் தருண் ரவி தனது வெப் கேமரா மூலம் அவருக்குத் தெரியாமல் படம் பிடித்து, நண்பர்களிடம் காட்டிக் கிண்டலடித்ததோடு விடாமல் அது குறித்துத் தனது டிவிட்டர் கணக்கிலும் பகிர்ந்தார்.

இதனால், அவமானமும், மிகுந்த மனவேதனையும் அடைந்த கிளமென்ட் நியூயார்க்கின் புகழ்பெற்ற ஜார்ஜ் வாஷிங்டன் பாலத்தில் இருந்து குதித்துத் தற்கொலை செய்து கொண்டார்.

அந்த நிகழ்வு, அமெரிக்கா முழுவதும் ஓரினச் சேர்க்கையாளர்களுக்கு எதிரான ஓர் அசம்பாவிதமாக அன்று பார்க்கப்பட்டது. நாடு முழுவதிலும் இருந்து பலத்த கண்டனக் குரல்கள்.

ஊடகவெளிச்சம் பெற்று விஷயம் பரபரப்பாகி அன்றைய ஜனாதிபதி பராக் ஒபாமா, வெளியுறவுத்துறைச் செயலாளர் ஹிலாரி கிளிண்டன் போன்றவர்கள் தங்கள் கண்டனங்களைத் தெரிவிக்கும்வரை சென்றது. நியூஜெர்சி நீதிமன்றத்தில் வழக்குத் தொடரப்பட்டு தருண் ரவிக்குத் தண்டனை வழங்கப்பட்டது.

அதைத் தொடர்ந்து, பாதிக்கப்பட்டு மரணமடைந்த டெய்லரின் பெயரில் *"Tyler Clementi Higher Education Anti-Harassment Act"* எனும் புதிய சட்டம் இயற்றப்பட்டு உயர்கல்வி நிறுவனங்களிலும் அமல்படுத்தப்பட்டது.

இப்படி சட்டங்களை இயற்ற நாம் விலையாகத் தரும் உயிர்களின் விலை மதிப்பற்ற ஒன்று.

பாகம்—3

ஆண்—லைன், பெண்—லைன்

ஒழுக்கம் எனும் ஒற்றைச் சொல்

பொன்னி தமிழகத்தைச் சேர்ந்த பெண் ஊடகவியலாளர். பல ஆண்டுகளாக ஒடுக்கப்பட்டவர்களுக்காகத் தொடர்ந்து எழுதியும் பேசியும் வருகிறார்.

முகநூல், டிவிட்டர் போன்ற சமூக ஊடகங்களிலும் பொன்னி பரவலாக அறியப்பட்ட ஒரு முகம். இவரைப் போலப் பொதுவெளியில் தீவிரமாகச் செயல்படும் பெண்களைக் கருத்தியல் ரீதியாக எதிர்கொள்ள முடியாத சமூகம் ஒழுக்கம் எனும் ஒற்றைச் சொல்லால் மிக எளிதாக வீழ்த்திவிடும்.

இது தமிழ்நாடு என்றில்லை - உலகம் முழுவதும் பெண்களை நோக்கிக் குறிபார்த்து எறியப்படும் ஒற்றை ஆயுதம் - ஒழுக்கம். அதனால் தாக்கப்படும் பெண்கள் தன்னளவில் குன்றிப் போவதோடு சமூகத்தால் கீழ்த்தரமாகப் பார்க்கும் நிலைக்கும் தள்ளப்படுவது என்பது காலங்காலமாக நடந்து வருகிறது.

பாலியல் தொந்தரவுக்கு ஆளான பெண்கள் தங்களின் கசப்பான அனுபவத்தைப் பகிரும் நோக்குடன் *#MeToo* என சமூக ஊடகங்களில் களமிறங்கிய போது வந்த எதிர்வினைகள் நாம் அனைவரும் அறிந்ததே.

அந்த வகையில், பொன்னியை அவதூறு செய்யும் நோக்கில் முகநூலில் ஒரு விசமி அவரைப் பாலியல் வணிகம் செய்பவர் போலச் சித்திரித்து அவர் படத்தின்மீது "என் விலை 1000 ரூபாய்" என எழுதிய படத்தை முகநூலில் கமெண்டாகப் பதிவிட்டார்.

சர்ச்சைக்குரிய அந்தப் படம் உடனே நீக்கப்பட்டிருக்கும் என நாம் எதிர்பார்ப்போம். ஆனால், நிஜத்தில் அதை நீக்க அவர் போராடத்தான் வேண்டியிருந்தது.

அநீதிக்கு எதிரான அந்தப் பெண்ணின் போராட்டம் அவருடைய சொந்த வரிகளில்...

★★★

என்ன நடந்ததென்று எழுதிவிடுகிறேன். முகநூலில் என் படத்தின்மீது 'என் விலை 1000 ரூபாய்' என எழுதி ஒரு நபர் என் படத்தைப் போட்டோ கமெண்ட்டாக சிலரின் திடீர் முருக வழிபாடு குறித்து எழுதிய என் பதிவில் போட்டிருந்தார்.

நான் அந்தக் கமெண்ட்டை ரிப்போர்ட் செய்தேன். என் இன்னொரு படமும் இவ்வாறு பயன்படுத்தப்பட்டிருந்ததை வேறொரு பதிவில் பார்த்தேன் (என் கண்ணுக்குப் பட்டவை இவை. வேறெங்கும் உள்ளதா எனத் தெரியாது).

ரிப்போர்ட் செய்தவுடன் நடவடிக்கை எடுக்க மறுத்தது முகநூல். அதை நீக்க முடியாது என்றதுடன். அவர்களின் *community standards* படி அதில் தவறில்லை என்றது. இதுதான் என்னைக் கோபமுற வைத்தது. மீண்டும் ஒரு முறை கோரிக்கை வைக்க வழி இருந்தது. வைத்தபோது 'நீங்கள் வேண்டுமானால் அந்த நபரின் கமெண்ட்டை *hide* செய்யலாம், அல்லது நீக்கலாம், அல்லது அவரை ப்ளாக் செய்யலாம்' என்றது.

இது எனக்குத் தெரியாமலா நான் முகநூலில் முறையிடுகிறேன்? உதவியை நாடினேன்? இன்னும் இந்த போட்டோ யார் யாருடைய பக்கங்களில் எங்கெல்லாம் உள்ளன என அறியாமல்

நான் ஒவ்வொன்றாய்த் தேடிக்கொண்டிருக்க முடியுமா? பல நண்பர்களும் அதை நானே நீக்கிவிடவேண்டும் எனக் கேட்டனர்.

இப்படியான வாசகத்துடன் என் படம் இணையத்தில் இருப்பதை அவர்கள் விரும்பவில்லை. என் மீதான அக்கறையில் அவர்கள் சொன்னார்கள் என்றாலும் நான் அதை ஏற்கவில்லை. இதைச் செய்யவேண்டியது முகநூல்தான். முகநூல் முன்வந்து அதை நீக்க வைக்கவேண்டும். இல்லை எனில் எத்தனை நாட்களானாலும் முகநூலுக்கும் வலதுசாரிகளுக்குமான ஒப்பந்தத்தின் சாட்சியாய் அது இருக்கட்டும் என்றே நினைத்தேன்.

இதைப் பற்றி எழுத முடிவெடுத்தேன். அதை ஆங்கிலத்தில் எழுதினேன் என்பதால், அது இந்திய அளவில் உள்ள பல பத்திரிகையாளர்களைச் செயற்பாட்டாளர்களைச் சென்றடைந்து விட்டது. ஆயிரத்துக்கும் மேற்பட்ட விருப்பக்குறிகளும் ஏராளமான பகிர்தலுமாக வைரல் ஆனது.

பின்னர் ட்விட்டரிலும் இதை நேற்று முன் தினம் எழுதவும், அதுவும் வைரல் ஆனது. ஏறத்தாழ 3000 லைக்குகளும், 1700 க்கும் மேற்பட்ட ரீட்வீட்களும் என அங்கும் வைரல் ஆனது. அங்கே (வட இந்தியா) மக்கள் மார்க்கையும் (Mark Zuckerberg), இந்திய ஃபேஸ்புக்கின் தலைமைப் பொறுப்பிலுள்ள அங்கிடாவையும் டேக் செய்தனர். சிலர் காங்கிரஸ் கட்சித்தலைவர் ராகுல் காந்தியையும் கூட டேக் செய்தனர்.

இதற்கு நடுவில் நியூஸ் மினிட் தன்யா ஃபேஸ்புக் குழுவைத் தொடர்புகொண்டு, அந்த போட்டோவை நீக்கக் கோரியவுடன் நான் ரிப்போர்ட் செய்த குறிப்பிட்ட அந்த போட்டோ கமெண்ட் மட்டும் நீக்கப்பட்டது. ஆனால் வேறு பதிவுகளில் அவை இருந்தன.

இந்த நேரத்தில் அமெரிக்காவின் வால் ஸ்ட்ரீட் ஜர்னலில் (The Wall Street Journal) இந்தியாவில் ஃபேஸ்புக் எப்படி ஆளுங்கட்சிக்குச் சேவகம் செய்கிறதென நீண்ட கட்டுரை

வந்திருந்தது. *Ankhi Das*ன் தங்கை பா.ஜ.க.வின் மாணவர் அமைப்பான ஏ.பி.வி.பியோடு தொடர்புடையவர் எனவும் செய்திகள் வரத் தொடங்கி இருந்த சமயத்தில் எனக்கு நிகழ்ந்த இந்த விஷயம் அந்தக் கட்டுரைகளுக்கான சாட்சியாகவே இருந்தது.

பலர் இந்தத் தொடர்பைச் சுட்டிக்காட்டி ட்வீட் செய்தனர்.

இத்தனை வைரலாக இந்தப் பதிவு ஆகுமென நான் நினைத்திருக்கவில்லை. பலர் மார்க்கின் வீட்டுப் பெண்களையோ அல்லது அவர்களுடைய இந்தியத் தலைமையையோ அல்லது அவர் வீட்டுப் பெண்களையோ இப்படி 'ரேட்' வைத்து போட்டோ வெளியிட்டால் ஃபேஸ்புக் நிர்வாகம் எனக்குச் சொன்ன பதிலைச் சொல்லிவிட்டு அந்தப் படம் இருந்துவிட்டுப் போகட்டும் என்று விட்டிருக்குமா? என்கிற கேள்வியை ஆவேசமாகக் கேட்டிருந்தனர். இத்தனை பேர் கேள்வி கேட்டு, பலர் ஃபேஸ்புக் அக்கவுண்ட்டை நிரந்தரமாக மூடப்போவதாகவும் சொல்லி *#DeleteFacebook* என்கிற பரப்புரையையும் முன்னெடுத்தனர்.

இன்று முகநூல் நிர்வாகம் நான் விஷயத்தை அம்பலப்படுத்தி எழுதிய பதிவில் உள்ள படம் (என் படம்) அவர்களுடைய *community standards* படி தவறு என்றும் அது *harassment and bullying* இல் வரும் என்று சொல்லி நீக்கி இருக்கிறது.

இதைத்தானே முன்னமே செய்யச் சொல்லிக் கரடியாய்க் கத்தினேன். அப்போது செய்யாமல் விளைவுகள் வேறு மாதிரி ஆகி, ஆளும் நிர்வாகத்துக்குமான ரகசிய ஒப்பந்தத்தின் உதாரணமாக என் விஷயம் பார்க்கப்படுவதை உணர்ந்ததும் அவசரமாக அந்தப் படத்தை நீக்குகிறது.

கொஞ்சமும் வெட்கம் இல்லையா ஃபேஸ்புக் நிர்வாகத்துக்கு? எவனோ உருவாக்கி போஸ்ட் செய்தபோது அது தவறில்லை என்றது. ஆனால், அதைச் சுட்டிக்காட்டி நான் எழுதிய பதிவில் இருக்கும் அந்தப் படம் தவறு என்று இரட்டை நிலை எடுத்தது

ஃபேஸ்புக் எனக் கொள்வதா? அல்லது விளைவுகளை உணர்ந்து காலதாமதமாகச் செயல்பாட்டில் இறங்கியதா? இன்னொரு பதிவில் சென்று சற்றுமுன் பார்த்தேன். அதிலிருந்தும் அந்தப் படம் நீக்கப்பட்டிருக்கிறது.

ஆக! ஃபேஸ்புக் நிர்வாகத்தின் சங்கிலித் தொடர்புகளை அம்பலப்படுத்தி தேசிய அளவிலும் ஃபேஸ்புக்கின் உரிமையாளர் வரையிலும் சென்று மக்கள் சமூக ஊடகங்களில் ஒருமித்தக் குரலெழுப்பினால் மட்டுமே நம்மைப் போன்றவர்களுக்கு அந்த நிறுவனம் இறங்கிவரும்.

ஆனால் வலதுசாரிகள் நம் தரப்பில் 'பார்ப்பனியம்' என்கிற வார்த்தையைப் பயன்படுத்தியதற்காகவே ரிப்போர்ட் செய்து பலரது ஐடியைக் காலி செய்திருக்கிறது ஃபேஸ்புக். நண்பர்கள் புது ஐடி உருவாக்கிப் பயன்படுத்துகின்றனர். பல நண்பர்கள் ஒரு மாத காலம் உள்ளே வர முடியாதபடி முடக்கப்படுகிறார்கள். பல பதிவுகள் நீக்கப்பட்டிருக்கின்றன. இந்தப் புகார்களுக்கு மட்டும் எப்படி உடனடியாகச் செயல்படுகிறது? நாம் யார் மீதாவது புகார் தந்தால், அது நியாயமாகவே இருந்தாலும் எவ்வளவு போராட வேண்டி இருக்கிறது!

★★★

மேலே உள்ள பதிவில் பொன்னி சொன்னது போல, சமூக ஊடகங்களில் யார் மீதாவது புகார் தந்தால் அது நியாயமாகவே இருந்தாலும் கூடச் சமயங்களில் சம்பந்தப்பட்டவர்கள் போராடத்தான் வேண்டி இருக்கிறது. இப்படியான போராட்டங்கள் எல்லாம் எந்தவொரு அரசியல் தொடர்பும் பின்புலமும் இல்லாத சாமானியர்களுக்குச் சாத்தியமா என்ன? கண்டிப்பாக இல்லை.

சம்பந்தப்பட்டவருக்கும் அவருடைய குடும்பத்துக்கும் இதனால் எத்தனை மனஉளைச்சல், வேதனை, இழிசொற்கள் அவரின் இடத்தில் நமக்கு நெருக்கமான ஒருவரை நிறுத்திப் பார்த்தால் அதன் வலியை நம்மால் புரிந்துகொள்ள முடியும். இத்தனை

மனவேதனைகளைக் கடந்துதான் இங்கே ஒவ்வொருவரும் செயல்பட வேண்டியிருக்கிறது.

இதையெல்லாம் பார்க்கும் போது, சமூக வலைதளங்களில் போராளியாகச் செயல்படுவதை விடுத்து, பலர் ஒதுங்கிச் செல்வதையே தேர்ந்தெடுப்பார்கள். அது ஜனநாயகத்தின் தோல்வி. அதைத்தான் விசமிகள் எதிர்பார்க்கிறார்கள்.

ஏனிந்த பாலின பேதம்?

தொழில்நுட்ப வளர்ச்சியின் அரிய கொடை இன்றைய சமூக ஊடகங்கள். அவை நமக்குத் தந்திருக்கும் புதிய புதிய வாய்ப்புகளை, முன்பு கற்பனை செய்து பார்த்திராத அதன் பல புதிய பரிணாமங்களை ஆண் பெண் பாகுபாடு இன்றி நாம் அனைவரும் பயன்படுத்துகிறோம்.

அவை நமக்குத் தந்திருக்கும் கட்டற்ற சுதந்திரத்தின் பலனை ஆண், பெண் என இருபாலாரும் சமமாக அனுபவிக்கிறோமா? இல்லை அதைப் பயன்படுத்துவதில் நம்மிடம் ஏதேனும் சிக்கல்கள் இருக்கின்றனவா? எனும் கேள்வியை முன்வைத்தால் இல்லை என்றே சொல்லத் தோன்றுகிறது.

இங்கே ஏன் 'ஆண்' லைன் *(Online)*, 'பெண்' லைன் என இரண்டு லைன்கள்?

ஏனென்றால், ஆணாதிக்க மனப்பான்மையும் பெண்ணடிமைத் தனமும் நிறைந்த சமூகத்தில் பெண்கள் எதிர்கொள்ளும் எல்லா சவால்களையும் சமூக ஊடகங்களிலும் அவர்கள் எதிர்கொள்ள வேண்டியதாகத்தான் இருக்கிறது. அதாவது, பெண்கள் உள்ளிட்ட ஒடுக்கப்படும் தரப்பினரை மேலும் மேலும் ஒடுக்குவது போன்ற பல கசடுகள் நிகழ் உலக நீட்சியாக இந்தப் புதிய தளத்திற்கும் எந்தவித வடிகட்டலும் இன்றி

வந்திருக்கிறது (சாதிச் சங்கங்கள் கூட முகநூல், டிவிட்டர் கணக்குகள் வைத்திருக்கிறார்கள் என்பதைக் கவனிக்கவும்). இத்தனைக்கும் உலக அளவில், ஆண்களை விடப் பெண்களே சமூக ஊடகங்களை அதிகமாகப் பயன்படுத்துகிறார்கள் என ஆய்வுகள் சொல்லுகின்றன.

உண்மையில், உலகில் முன்னேறிய சமூகம் எனக் கருதப்படும் மேற்கு நாடுகளிலும் இணையத்தில் பெண்களை மிரட்டுவது, அச்சுறுத்திப் பணம் பறிப்பது, உருவத்தைக் கேலி செய்து அசிங்கப்படுத்துவது (Body shaming), வேசியாக்கி உலவ விடுவது, மொத்தக் குடும்பத்தையே தெருவுக்கு இழுப்பது போன்றவை நடந்தாலும் நமது பெண்களின் நிலையை மேற்கத்தியச் சூழலோடு ஒப்பிட வேண்டியதில்லை.

ஏனென்றால், இங்கே பெண்கள் பொதுவெளியில் கருத்து சொல்வதைக் கூட இந்தச் சமூகம் விமர்சிக்கிறது. பாலின இடைவெளி இன்னமும் முழுமையாகக் களையப்படாத சமூகத்தில் பல உரிமைச் சிக்கல்கள் இன்னமும் நீடிக்கவே செய்கின்றன. அதனால், இணையத்தில் நமது பெண்கள் எதிர்கொள்ளும் சவால்களை, பிரச்சினைகளை நம்முடைய இன, பண்பாட்டு, கலாச்சார சமூகச் சூழலின் பின்னணியில் முதலில் நிறுத்திப் பார்ப்பதே சரியாக இருக்கும்.

அந்த வகையில் இன்றைய தமிழ்ச்சூழலில் சமூக ஊடகங்களின் வழியாகப் பொதுவெளியில் தொடர்ந்து இயங்கிவரும் சில பெண் நண்பர்களைத் தொடர்பு கொண்டேன்.

அவர்கள் நாடுகளின் எல்லைக் கோடுகளைத் தாண்டி உலகம் முழுவதுமுள்ள பல்வேறு தரப்பட்ட தமிழர்களிடம் தொடர்பில் இருப்பவர்கள்.

அவர்கள் இந்தச் சூழலை எப்படிப் பார்க்கிறார்கள். தினம் தினம் அவர்கள் பொதுவெளியில் இயங்குவதால் எதிர்கொள்ளும் சவால்கள் என்ன என்ன? அதை அவர்கள் எப்படிச் சமாளிக்கிறார்கள் எனக் கேட்டிருந்தேன்.

செண்டிமெண்டல் ஃபூல்ஸ்

தேனம்மை லக்ஷ்மணன், சென்னை -வலைதளங்களில் பல்லாண்டுகளாக எழுதி வருபவர் இவர், சமூக வலைதளங்களில் பெண்கள் குறித்த தமது பார்வையை இங்குப் பகிர்கிறார்...

நான் கல்லூரிப் பருவத்துக்குப் பின் கடந்த பன்னிரண்டு வருடங்களாக வலைதளங்களில் எழுதி வருகிறேன். அதை முகநூலிலும் பகிர்ந்து வருகிறேன். வலைதளத்தில் நம் எழுத்தை ஆதரிப்போர் அதிகம். ஏனெனில் பின்னூட்ட மட்டுறுத்தல் போட்டிருப்பதால், கருத்துத் தாக்குதல்களில் இருந்து தப்பிக்கலாம்.

ஆனால், முகநூலில் நம் பதிவு பலரையும் சென்று அடைய வேண்டுமென விரும்புவதால் பப்ளிக் போஸ்டாகப் போடுகிறோம். இதை நமக்குத் தெரியாத பலர் அவர்கள் பக்கங்களில் தங்கள் நண்பர்களுக்கு மட்டும் எனப் பகிர்ந்து நம் எழுத்து குறித்துக் கிண்டலாகப் பின்னூட்டமிடுவார்கள். நம் பதிவை யார் பகிர்ந்திருக்கிறார்கள் என்பது கூட முகநூல் நமக்குக் காட்டுவதில்லை.

மேலும் கருத்தின் மீது வன்மம் அல்லது எள்ளல். இதுகுறித்து எனக்கேற்பட்ட இரு அனுபவங்கள்.

நம் நண்பர்களாகவே பல்லாண்டுகளாக இருப்பவர்கள் கூட முக்கிய விஷயத்தில் நாம் கருத்து கூறினால் இவர்களுக்கென்ன தெரியும் என்ற நோக்கிலேயே கிண்டலடிப்பார்கள்.

சர்வதேச சினிமா பற்றியும் அணு உலை பற்றியும் ஹலோ எஃப் எம்மிலும், அஞ்சறைப் பெட்டி என்ற நிகழ்ச்சியிலும் என்னிடம் கருத்து கேட்டார்கள். (என்னுடைய இலக்கியச் செயல்பாடுகளோடு குடும்பத்தினரோடு ஆங்கிலப் படங்களும் சர்வதேசப் படங்களும் பார்ப்பதுண்டு. சுற்றுப்புறச்சூழல் பற்றிய விழிப்புணர்வுத் தகவல்களையும் அவ்வப்போது இணையத்திலும் பத்திரிகையிலும் தொலைக்காட்சியிலும் தெரிந்துகொள்வதுண்டு. வீட்டில் சமையல், கோலம் ஆகிய வேலைகளை விரும்பிச் செய்வதால் அவை பற்றியும் வலைதளங்களில் எழுதியும் முகநூலில் பகிர்ந்தும் வருகிறேன்).

என்னிடம் ஹலோ எஃப் எம் சர்வதேச சினிமா பற்றிக் கருத்து கேட்டதும் முகநூலில் என் நல்ல நண்பரொருவர் "என்ன தேனம்மையிடம் இன்னும் அணு உலை பற்றிக் கருத்து கேட்கலையா?" என்று கிண்டலடித்தார். எங்கள் இருவருக்கும் பொதுவான நண்பர் ஒருவரிடம் "இது பத்தி எல்லாம் இவங்களுக்கு என்ன தெரியும்னு கருத்து சொல்லியிருக்காங்க" என்றும் கிண்டலடித்து இருக்கிறார். அவரே சமீபத்தில் எழுத்தாளரான என் தோழி ஒருவர் எழுதிய சினிமா விமர்சனத்துக்கும் "இந்தப் படத்துல என்ன இருக்குன்னு இத்தனை விஷயத்தைக் கண்டுபிடிச்சு எழுதி இருக்கீங்க" என்று சேற்றை வாரி இறைத்திருந்தார். இதுதான் இன்றைய நிஜம்.

நம் நல்ல நட்புக்களே நம்மைத் தோழியாக அங்கீகரிக்கும் அதே கணம் புத்திசாலித் தோழியாக அங்கீகரிப்பதில்லை. அவர்கள் பார்வையில் நாம் அவர்களை விட புத்தியில் மாற்றுக் குறைந்த அசடுகள்.

பெண் என்பதால் இன்னின்னவற்றைச் சொல்லலாம். இன்ன விதத்தில் சொல்லலாம் என்பதையே இச்சமூகம்

வரையறுத்து வைத்திருக்கிறது. எல்லாவற்றிலும் பாலிஷாக நாசுக்காகப் பட்டும்படாமல் கருத்து சொல்லிச் சென்றால்தான் பொதுவெளியின் மிரட்டல்களில் இருந்தும் அச்சுறுத்தல்கள், வீணான விமர்சனங்கள் எள்ளல்கள் ஆகியவற்றில் இருந்தும் தப்பிக்கலாம்.

பெண்கள் எப்போதும் செண்டிமெண்டல் ஃபூல்ஸ். அவர்கள் (அதாவது ஆண்கள்) மட்டுமே எல்லாவற்றிலும் லாஜிக்படி செயல்படுபவர்கள், சிந்திப்பவர்கள் இப்படித்தான் இருக்கிறது இந்த 21-ஆம் நூற்றாண்டிலும் பெண்ணின் கருத்துச் சுதந்திரமும் பெண்மீதான ஆணின் பார்வையும்.

புழுக்களின் முனகல்

வித்யா சுரேஷ், இலண்டன் சமூக ஊடகங்களிலும், வார இதழ்களிலும் தொடர்ந்து எழுதிவருபவர்.

21 ஆம் நூற்றாண்டிலும், சமூக ஊடகங்களில் பெண்கள் எனும் தலைப்புக்கான அவசியமிருப்பதுதான் ஆச்சர்யமாக இருக்கிறது. சற்று வருத்தமாகவும்தான் இருக்கிறது. ஆனால், எத்தனை நூற்றாண்டுகள் கடந்தாலும், எத்தனை முன்னேற்றங்களை அடைந்தாலும், ஒடுக்கப்பட்டவர்களுக்கான குரல்கள் ஒலித்துக்கொண்டேயிருப்பதன் தேவை குறையாமல் இருந்து வருகிறபோது, தனித் தலைப்பாகப் பேசுவது அவசியமாகிறதுதானே?

அனைவருக்குமான பொதுத்தளத்தில் (சமூக ஊடகங்கள்) பெண்களின் இருப்புப் பற்றித் தனியாகப் பேச வேண்டிய அவசியம்தான் என்ன? ஒரு நதிக்கரையில் கம்பீரமாக உயர்ந்திருக்கும் மரங்களைவிட, அதன் படித்துறையின் விரிசலில், விரலிடுக்கு அவகாசத்தில் எட்டிப்பார்க்கும் காளானின் முளைப்புத் திறன் ஒரு கவிதையெழுதத் தூண்டுவதைப் போல், இடைஞ்சல்களினூடே வளர்ந்துவரும் பெண்களைப் பேசுவது தவிர்க்க இயலாத காரியம்.

இருமுனை கொண்ட இவ்விணையக் கத்தியின் ஒருமுனை, *carving knife* போன்றது. பெண்களைக் கூர்தீட்டவும், திறமைகளை வெளிக்கொணரவும், அவர் தம் பிரச்சினைகளை முன் எப்போதையும் விடச் சுதந்திரமாகவும், தைரியமாகவும் பேசுவதற்கான இடமாக இருந்தாலும், கத்தியின் மறுமுனை அவ்வப்போது குத்திக் கிழித்து விடுவதை மறுக்க முடியாது.

என்னுடைய அனுபவம் நல்ல உதாரணம். 7,8 வருடங்களுக்கு முன், பழைய நண்பர்களைத் தேடும் முனைப்போடு பொழுது போக்கிற்காக முகநூலுக்குள் நுழைந்த நான், படிப்படியாக அத்தளத்தை ஆக்கபூர்வமாக உபயோகப்படுத்திக் கொள்ளும் விதங்கள் புரிந்து, எழுதத்துவங்கி, நண்பர் ஒருவரின் மின்னிதழுக்காக முதற்கட்டுரையை எழுதியபோது, கூட்டுப்புழுவிற்குச் சிறகு முளைக்கும் உற்சாகம் புரிபட்டது. கூடவே, ஊரை விட்டுப் பல்லாயிரக்கணக்கான மைல்கள் தள்ளி வாழும் என் போன்றவர்களுக்கு, அந்தத் தூரத்தை மாயமாய்க் கடக்கும் மந்திரக்கம்பளம் போலவே யாம் பறக்க உதவியது முகநூல்.

எழுத்தாளர்கள், அறிஞர்கள், கவிஞர்கள், எழுத்துலகுக்கு நுழைய முயற்சிக்கும் என் போன்றவர்கள் என நண்பர்கள் வட்டம் பெருகப் பெருக, அதுவரை தொலைதூரத்திலிருந்த தமிழை என்னருகே இழுத்து வைத்துத் தலை புதைத்துக்கொள்ளத் துவங்கினேன். முதல் கட்டுரை ஒரு மின்னிதழில் வந்தபொழுது தோன்றிய உற்சாகத்தைத் துருப்பிடித்துப்போன ஒரு குடும்பத்தலைவியின் நிலையிலிருந்து பார்ப்பீர்களேயானால், நன்றாகப் புரிந்து கொள்ள இயலும். கதைப்போட்டி, கடிதப்போட்டி, கவிதைப்போட்டி என மெதுமெதுவே என்னை மெருகேற்றிக்கொள்ள உதவிய முகநூல், சிநேகிதி வார இதழில் கட்டுரை, கல்கி வார இதழில் கட்டுரைத் தொடர் என நான் நினைத்துப் பார்க்காத வாசல்களின் வழியே புதுப்புதுப் பாதைகளை என் முன் விரித்துக்கொண்டே இருக்கிறது. பாதைகள் என்றாலே முட்களும் சகஜம்தானே?

எழுத்தைத் தேர்ந்தெடுக்கும் பெண்களுக்கு முகநூலிலுள்ள கலாச்சாரக் காவலர்கள் வரையறை வைத்திருக்கிறார்கள். குடும்பம், சமையல், பக்தி, சினிமா, கதை, கவிதை- இந்த எல்லைக்குள் எழுதும் பெண்கள் கொண்டாடப்படுவார்கள்; அல்லது அதிகபட்சம் கண்டுகொள்ளாமல் கடக்கப்படுவார்கள். அந்த வட்டத்தைத் தாண்டி, அரசியல், சமூகம், என்று வரும்போது, அப்பிரச்சினைகளைப் பேசும் பெண்கள் எதிர்கொள்ளும் வன்மம் அதிர்ச்சிகரமானது.

தன் கருத்துக்கு எதிர்க்கருத்து வைக்கும் ஆண்களை, அரசியல் புலத்தில் எதிர்க்கட்சியைச் சார்ந்த ஆண்களை, எதிர்க் கருத்துகளாலோ, பகடியாகவோ எதிர்வினையாற்றுபவர்கள், அதே அரசியலை ஒரு பெண் பேசினால், அவளை மிகச் சுலபமாக அவள் குணநலன்களைக் குறிவைத்துத் தம்மைப் படுகொலை(*character assassination*) செய்வதன் மூலம் அவளை மலினப்படுத்தி விடுகிறார்கள்.

ஒரு சாதாரணப் பதிவு. இந்தியாவின் சந்திராயன் திட்டத் தோல்வியின் போது, “தேசம் உங்களோடிருக்கிறது திரு. சிவன் அவர்களே, கலங்காதீர்கள்” என்ற இரண்டு வரிப் பதிவை எழுதியிருந்தேன்.

திரு. சிவன் அவர்களின் பார்வையிலோ, சார்ந்தவர்கள் கண்ணிலோ, அது படப்போவதுமில்லை, அதை யாரும் பொருட்படுத்தப்போவதுமில்லை. ஒரு பார்வையாளராக, என் கருத்தைப் பதிவு செய்யும் இரண்டு வரிகள், அவ்வளவே. என் நண்பரும், மிக மூத்த, பிரபல வழக்கறிஞருமான ஒருவர், என் பதிவிற்குப் பதிலளிக்கையில், *ISRO* வைத் தோற்றுவித்தவர் என்ற முறையில், முன்னாள் பிரதமர் நேருவைத் தவிர, வேறு எவருக்கும் அந்த மேடையில் நிற்கும் தகுதி கிடையாது- அது நேரு குடும்பத்து ஆட்களாக இருந்தாலும் சரி, *What's modi doing there?* என்ற கமெண்டைப் பதிவு செய்திருந்தார்.

அங்கு துவங்கிய பிரச்சினை. அந்த மிக மூத்த வழக்கறிஞரின் பெயரைக் குறிப்பிடாமல், மரியாதைக் குறைவான கமெண்டுகள்,

பாஜக அபிமானிகளிடமிருந்து. அவர்கள் அதுவரை என் பதிவுகளில் உரையாடியவர்களும் இல்லை. புதியவர்கள். “என் பதிவில் வந்து என் நண்பரைத் தரக்குறைவாகப் பேச யாருக்கும் உரிமையில்லை, மரியாதையாகப் பேசுங்கள், இல்லையேல், இங்கு வரத் தேவையில்லை, அவரவர் கருத்துகளை மரியாதையோடு தெரிவிப்பவர்கள் மட்டும் என் பதிவிற்கு வந்தால் போதும்” என்று கண்டிப்பாக, எனது பதிலைப் பகிர்ந்தேன்.

அடுத்த நொடி, கூட்டமே திரண்டு வந்தது. ஆபாசமான அர்ச்சனைகள், “இந்த வித்யாவுக்கு இதான் திமிரு, பெரிய இவன்னு நெனப்பு, பார்றா, எவ்ளோ கோவம் வருது, ஊட்டுக்காரரு பாவம், கோவம் வந்தா சாம்பார் வாளிய அவுரு மேல ஊத்துவியா?” எனத் தொடங்கி கண்கொண்டு பார்க்கவியலாத அளவு பர்சனல் அர்ச்சனைகள்.

இன்னமும் அந்தப் பதிவையும், வந்த கமெண்ட்களையும் அழிக்காமல் வைத்திருக்கிறேன். என் மீது பயமில்லாதபோது எதற்காக நான் வெட்கப்பட வேண்டும்? இதில் கவனிக்க வேண்டிய முக்கியமான விஷயம், எந்த ஓர் இடத்திலும் கமெண்ட் செய்த அந்த வக்கீலின் பெயரைக் குறிப்பிடவோ, நேரடி விவாதத்தில் இறங்கவோ, அந்த வீரர்களுக்குத் தைரியமிருக்கவில்லை.

யாரென்றே தெரியாத ஒரு பெண்ணின் மீது, வெறும் கருத்து வேறுபாட்டிற்காக, ஆபாச வார்த்தைகளைப் பேசத் தயங்காத மிக மலிவான ஆணாதிக்க மனப்பான்மையை இந்தச் சமூகத்தினுள் எத்தனை ஆழமாக விதைத்து வைத்திருக்கிறோம்?

இத்தனைக்கும் சம்பந்தப்பட்ட பதர்கள் அனைவரும், படித்து (பெயரளவில்தான்), நல்ல பதவி, சமூக அந்தஸ்துடன் உலாவருபவர்கள்தான். நாற்பது வயதுக்கு மேற்பட்டவர்கள் (அறிவு வளர்ச்சியில் அல்ல).

ஒரு கேள்வி வரும். “ப்ளாக் பண்ண வேண்டியதுதானே? ரொம்பச் சுலபமாச்சே?” சுலபம்தான், செய்தேன்தான். என்

ஐந்து வருட முகநூல் பயணத்தில் முதல் பிரச்சினை, முதல் ப்ளாக். வம்பு செய்த 5,6 பேரையும் ப்ளாக் செய்ததுடன் தூங்கப் போய்விட்டேன். என்னைப் பொறுத்தவரையில், “எனக்கும், உனக்கும் ஒத்துவரல, வம்பு வளர்க்கக் கூடாது, இதோட முடிச்சுக்குவோம்” என்பதன் குறியீடாகத்தான் “ப்ளாக்” வசதியைப் பார்த்தேன். ஆனால், எதிர்வினை அத்தனை சுலபமானதாக இல்லை.

காலையில், முன்பை விட மிகப்பெரிய கூட்டம் என் முகநூல் பக்கத்திற்கு வந்து, மிக மோசமாக, ஆபாசமாக, என்னை, என் கணவரை, பெற்றோரை இழிவுபடுத்தும் விதமாக, இதுவரை வாழ்வில் கேட்டிராத, யாரும் கேட்கக்கூடாத ஆபாச வார்த்தைகளை எழுதிவிட்டுப் போயிருந்தார்கள்.

அவர்களே என் *profile picture* ஐ, நான் எழுதியிருந்த பதிவுடன் சேர்த்து *screenshot* எடுத்து, ப்ளாக் செய்த நண்பர்களிடம் பகிர, அவர்கள் தத்தம் பக்கங்களில் அந்த *screenshot* ஐப் பயன்படுத்திப் பல நூறு பேர்களுக்கு என் புகழைப் பகிர்ந்திருந்தார்கள். பிரபல வார இதழின் வலைதளத்தில் என் பெயர் குறிப்பிட்டு கட்டுரை வரும் அளவிற்கு. (வாரப் பத்திரிகையும் உண்மையை விசாரிக்காமல், என் பெயரைப் பயன்படுத்த என்னிடம் அனுமதி கோராமல் அவர்கள் எழுதிய கழிவைப் பிரசுரித்து விட்டது). அத்தனை கேவலமான வசை வார்த்தைகள், யார் இவர்கள், எங்கிருப்பவர்கள் என்று புரியாத போலி-ஐடி(*fake id*) களிடமிருந்து.

இத்தனை சின்ன விஷயத்திற்கு இத்தனை மோசமான எதிர்வினையா என்று படிப்பவர்கள் ஆச்சர்யப்படலாம். அதற்கு ஒரு சின்னப் பின்னணி இருக்கிறது.

முதல்நாள் அந்தப் பதிவில் இவர்கள் மோசமாக *bully* செய்து கொண்டிருந்தபோது, எனக்காகப் பேச ஐந்தாறு முகநூல் தோழமைகள் வந்தார்கள். அனைவரும் பெண்கள். பெரிதாக அவர்களைத் தாக்கியோ, சண்டைபோடவோ இல்லை. எனக்கான ஆறுதலைச் சொல்லி, “நீ தவறு செய்யவில்லை, *we're with you"* என்பதைதாண்டி ஒரு வார்த்தையும் பேசவில்லை. சக பெண் அவமதிக்கப்படுகிறாள் என்பதைத் தாண்டிய எந்தவிதச் சம்பந்தமும் கிடையாது. இன்றுவரை அவர்களைச் சந்தித்ததோ, அதற்கு முன் ஒரு தனிப்பட்ட உரையாடல் கூட நிகழ்ந்தது கிடையாது.

சக பெண் பாதிக்கப்படுகிறாள் என்கிற ஒரே காரணத்திற்காகக் குரலெழுப்பிய பெண்கள். பிரதமரை நேரடியாகத் தாக்கியும், கட்சி சார்போடும் எழுதும் எத்தனையோ ஆண் பதிவர்கள் எதிர்கொள்ள வேண்டியிராத *social media bullying* ஐப் பெண் என்கிற ஒரே காரணத்திற்காக, நானும், எனக்காகப் பேச வந்த தோழிகளும் எதிர்கொள்ள வேண்டியிருந்தது.

அதுவரை இன்பாக்ஸில் ஒரு தொந்தரவும் வராத எனக்கு, முதல்முறையாக, எழுதுவதை நிறுத்திக்கொள் என்று மிரட்டலும் விடுக்கப்பட்டது. எனக்காகப் பேசிய தோழிக்கு, "ஊருக்கு வந்து ஒரு தட்டு தட்டினா சரியாப்போயிடும், போட்ருவோம்டா அவள" என்று வெளிப்படையாக மிரட்டல் விடுக்கப்பட்டது- முகநூல் பதிவில், பகிரங்கமாக. மற்றுமொரு ஆண் நண்பருக்குப் "பொண்ணு வச்சிக்கறாருல்ல, பயம் இருக்கட்டும்" என்று எச்சரிக்கை விடுக்கப்பட்டது.

கவனியுங்கள். அவரை மிரட்டுவதை விட, பொண்ணு வச்சிருக்கறாருல்ல? என்பது ஆகப்பெரிய பயமுறுத்தல். காலங் காலமாக எதிர்கொள்ளும் அவலம்.

ஏன் காவல் துறையின் சைபர் பிரிவில் புகார் தெரிவிக்கவில்லை? எதற்காகப் பிரச்சினையைப் பெரிதாகப் பேசவில்லை? பிரச்சினையில் நேரே தொடர்புடையவள் நான். சௌகரியமாக வெளிநாட்டில் உட்கார்ந்து கொண்டிருந்தேன். எனக்காகப் பேசியவர்கள் சென்னையிலும், சேலத்திலும், தஞ்சையிலும் குடும்பத்துடன் வாழும் பெண்கள். மிரட்டுபவர்கள் நேரடியாக ஆட்சியதிகாரத்துடன் தொடர்புடையவர்கள்.

நான் பேசும் எந்தவொரு வார்த்தையும், அவர்களுக்கெதிராக

திரும்பி விடக்கூடாது என்கிற காரணம் என் வாயை மூடச் சொன்னது.

என் பதிவுகள் இன்னமும் *public domain* இல்தான் இருக்கின்றன. நான் எழுதியவையும், அதற்கான எதிர்வினைகளையும், மிக மோசமானவற்றை *screenshoot* எடுத்துக் கொண்டு அழித்தவை தவிர, மீதமுள்ளவை அப்படியே இருக்கின்றன.

மடிமீது கனமில்லாதபோது கவலையில்லைதானே? இத்தனைக்குமான காரணம் ஒன்றே ஒன்றுதான். அவர்கள் மிரட்டலுக்கும், அவதூறுக்கும் பணியாமல் எதிர்த்துப் பேசியது. அந்நேர மனஉளைச்சலிலும், என்னைக் குறித்து நான் பெருமிதம் கொண்ட விஷயம் - ஒரே ஒரு கணம் கூட நிதானம் இழக்கவில்லை, தரம் குறைந்த ஒற்றை வார்த்தையையோ, வசவையோ யார் நோக்கியும் வைக்கவில்லை. என் வளர்ப்பிற்கும், அவர்கள் வளர்ப்பிற்குமான அகண்ட பள்ளத்தை உணர்த்த, அந்த நிதானம்தான் கைகொடுத்தது.

உலகின் வக்கிர முகத்தைத் தரிசிக்கும் வாய்ப்பை இணையம் ஏற்படுத்திக் கொடுத்த வாய்ப்பாகவே இந்தச் சம்பவத்தைப் பார்க்கிறேன்.

முன்னைக் காட்டிலும் மேம்பட்ட உறுதியுடன், தவறிப்பட்ட உமிழ்நீரைத் துடைத்தெறியும் அலட்சியத்துடன் அவதூறுகளைத் துடைத்தெறியக் கற்றுத் தந்தது காலம். என் மனத்திண்மையை எனக்கு அடையாளம் காட்ட உதவிய சம்பவத்தை, வாழ்வின் மற்றொரு அனுபவமாக எண்ணிக் கடப்பதே சரியான அணுகுமுறையாக இருக்குமென்று தோன்றுகிறது.

பறக்கத் துவங்கிய பின், புழுக்களின் முனகல் பறவைகளின் காதுகளை எட்டுவதில்லைதானே?

யுடோபியன் வெளி

யுடோபியா (utopia) என்பது தன் குடிமக்களுக்காக மிகச் சரியான குண நலன்களை மட்டுமே தன்னடக்கிய ஒரு சமூகம். அது ஒரு விதத்தில் ஒரு கற்பனாவாத சமூகமும் தான் (an imaginary community or society).

- யுடோபியா (சர் தாமஸ் மோர், 1516)

ஹேமா ஜெய், சால்ட் லேக் சிட்டி, அமெரிக்கா பெண்கள், முதியவர்களின் உளப்பிரச்சினைகளை மையமாகக் கொண்ட படைப்புகளைத் தொடர்ந்து எழுதி வருபவர்.

ஆன்லைன் உலகம் என்பது பெண்களுக்கான யுடோபியன்(utopian) வெளி போலவும் அங்கு பாலின பேதங்கள் கடந்து கட்டற்ற சுதந்திரம் இருப்பது போலவும் தோன்றுவதெல்லாம் என்னைப் பொறுத்தவரை ஒரு பாவனை என்றுதான் சொல்வேன்.

சாதாரணமான ஒரு வலைதளப் பதிவில் கூட இந்த வேறுபாட்டை நம்மால் உணர முடியும். ஓர் ஆண் மனம் திறந்து தன்னைக் குறித்து, தன் குடும்பம் குறித்து, தன்

பொழுதுபோக்குகள் குறித்து பகிர்ந்துகொள்கிற விதத்தில் ஒரு பெண்ணால் வெளிப்படையாக இயங்க முடியுமா என்பது சந்தேகமே. பெண் தன், தன் குடும்பம், தன்னைச் சேர்ந்தவர்கள் என அனைவரது பாதுகாப்புப் பற்றியும் *(both safety and privacy)* எப்போதும் யோசித்துக்கொண்டே இருக்கிற நெருக்கடியில் இருக்கிறாள். சிலர் இந்த மன, சமூகத் தடைகளை மீறி வெளிப்படையாக இயங்கலாம், எனினும் அவர்களைப் பற்றிய அபிப்ராய மூட்டைகள் *(baggage)* தொடர்ந்துகொண்டே இருக்கும் என்பதுதான் நிதர்சனம்.

உதாரணத்திற்குத் தன் பழைய காதல்கள் பற்றி எழுதும் ஒரு ஆணிற்கான பின்னூட்டங்கள் எவ்விதம் இருக்கும்? "சிஸ்டருக்குத் தெரியுமா?", "காதல் மன்னன்யா நீ!" "இத்தனை வருடம் கழிந்தும் என்ன ஒரு தெய்வீகக் காதல்!?" "அந்தப் பொண்ணுக்குக் கொடுத்து வைக்கல, உன்னை மிஸ் பண்ணிடுச்சு" என்பது போல அப்பகிர்வை/ அந்த ஆணை அதீதமாக ரொமாண்டிசைஸ் செய்பவையாகவே பெரும்பாலும் அவை இருக்கும். இதுவே ஒரு பெண் நியாயமான தன் உணர்வுகளைக் கட்டுப்பாடான ஒரு வரையறைக்குள் நின்றபடி வெளிப்படுத்தினாலும் அவளைக் குறித்து என்ன மாதிரியான எதிர்வினைகள் வாசிப்பவர் மனதில் உண்டாகும் என்று இங்கு தனியாகக் குறிப்பிட்டுச் சொல்ல வேண்டியதில்லை.

பொதுவாக பெண்கள் எங்கு சென்றாலும் சிறு சிறு சீண்டல்கள் இருந்துகொண்டேதான் இருக்கும். அதற்கு ஆன்லைன் உலகும் விதிவிலக்கல்ல. பரஸ்பர மரியாதையுடன் நட்பு பாராட்டும் ஆண்களுக்கு இடையே "ஹாய், ஹலோ, குட் மார்னிங்" என்று தினமும் கதவைத் தட்டுவதில் தொடங்கி, பின்னூட்டங்களில் அத்துமீறுகிற, கண்ணியம் கடக்கிற சில சில்மிஷக்காரர்கள் இருக்கவே செய்வார்கள். இப்படிப்பட்டவர்கள் சோற்றில் அரிதாக மாட்டும் நெருங்கல்லைப் போன்றவர்கள், புறக்கணித்துக் கடக்கப்பட வேண்டியவர்கள்.

இவ்விதத் தொந்தரவுகளைச் சமாளிக்க மெய் *(real)* உலகைப்

போலவே மெய்நிகர் (virtual) உலகிலும் பெண்கள் தங்களுக்கான அழுத்தமான எல்லையை வரைய கற்க வேண்டும் என்பது என் புரிதல். எப்படி நம் உடல் மொழி நேருக்கு நேரே ஒருவரின் கண்ணியத்தை, சுய மரியாதையை, நம்பிக்கையை வெளிப்படுத்துகிறதோ அதுபோலவே ஆன்லைனில் இயங்கும் பெண்கள் தங்கள் செயல்பாடுகளை, எண்ணங்களை, அவற்றை வெளிப்படுத்தும் முறைமைகளைத் தங்கள் மொழி மூலம் தெளிவாக வரையறுத்துக்கொள்ள வேண்டும். இவற்றையும் மீறி வரும் தொல்லைகளை உன் எல்லைக்கோடு இதுவரை மட்டுமே என்று வலுவான ஒரு கோடு கிழித்துக் காட்டினால் போதும், இவ்விதச் சிக்கல்களை எளிதாகக் கடந்து விட முடியும் என நம்புகிறேன்.

கருத்தியல் ரீதியாகப் பெண்களை எதிர்கொள்ள முடியாதவர்கள் கேரக்டர் அசாசினேஷன் செய்வது, உடல் ரீதியான கொச்சைச் சொற்களைத் தெறிப்பது என வக்கிரங்களை வெளிப்படுத்துவது இங்கும் புதிதான விஷயங்கள் அல்ல. அப்படியானவர்கள் தத்தம் கீழ்மைப் பண்புத் தரத்தை உலகிற்கு வெளிக்காட்டுகிறார்கள் எனக் கருத வேண்டுமே தவிர தாக்குதலுக்கு உள்ளாகும் பெண்கள் உடைந்து போகவோ, தளர்ந்து போகவோ தேவையில்லை. மற்றபடி நிகழ்வுலகைப் போலவே இந்த ஆன்லைன் உலகமும் அழகானதே. நல்ல நட்புகளைத் தேடிப் பேணவும், ஒரே ரீதியிலான ரசனைகளை உணர்ந்து பரிமாறிக் கொள்ளவும், நம் எண்ணங்களைத் திறமைகளை உடனுக்குடன் வெளிப்படுத்தும் அரங்கமாகவும் விளங்கும் இந்த ஆன்லைன் உலகம் எனக்கான மதிப்பைப் பெற்றுத் தருகிறது. அதே நேரம் மற்றவர்களுக்கு அளிக்க உதவும் கருவியாகவும் விளங்குகிறது என நம்புகிறேன்.

சுதந்திரக் காற்று

சங்கீதா வெங்கடேஷ், சென்னை - சமூக ஊடகங்களில் பல ஆண்டுகளாகத் தொடர்ந்து எழுதி வருகிறார். இன்றைய பெண்கள் கடந்துவர வேண்டிய சவால்கள் பற்றியும் அதற்கான தீர்வுகள் குறித்தும் கேட்டபோது...

பெண்கள் முதன் முதலில் வீடு தாண்டி வேலைக்குச் செல்ல வேண்டிய காலத்தில் எவ்வளவு சவால்களை எதிர்கொண்டார்களோ அதற்குச் சற்றும் குறைவில்லாத பிரச்சினைகளைச் சமூக ஊடகங்களில் நுழையும்போதும் அனுபவிக்கின்றனர்!

இன்னும் பூக்கள், கனிகள், குழந்தைகள் முகப்புப்படத்துடன் தான் 50 சதவிகிதப் பெண்கள் சமூக ஊடகங்களில் வலம் வருகின்றனர்.

மீதமுள்ள பெண்களுக்கு அதற்கும் வழி இல்லை. கணவரின் ஐடிக்குள் சென்று உலகைப் பார்க்கும் பெண்களும் உண்டு.!

இவர்களைக் காண்கையில் சில ஆண்களின் மோசமான பக்கங்கள் எப்படிப் பெண்களை முகங்களற்ற ஊனமாக்கி இன்றும் வைத்திருக்கிறது என்றே தோன்றும்!

இவற்றை உடைத்து வெளிவரும் பெண்கள் கடைப்பிடிக்கும் பல எழுதப்படாத பொது விதிகள் உள்ளன.

ஆண்களின் முகப்புப் படத்திற்கு லைக்கிடக் கூடாது. டைம்லைனில் கணவருடன் படம் கண்டிப்பாக இருக்க வேண்டும் (அவர் மனைவியின் மெய்க்காப்பாளர் போன்று நின்றிருப்பார். பல நேரங்களில் மகனே அந்த மெய்க்காப்பாளர் வேலையைச் செய்வார்)!

'அண்ணா', 'அப்பா' போன்ற உறவுமுறைக்குள் மட்டுமே ஆண்கள் கமெண்டுகளில் வரலாம்! இதுபோன்று பல நூறு விதிகள் உள்ளன!

இளவயது பெண்கள் என்றால் இன்பாக்ஸ் தொந்தரவுகள் தினம் உண்டு (கட்டற்ற பாலியல் பேச்சுக்கள் பேசுவதற்கான இடமாகவே கருதுகின்றனர்! குறிப்பாகப் பல ஆண்கள் அவற்றை அந்தப்புரமாகவே கருதுகின்றனர் போலும்)

முகப்புப் படமிடுவதை அடிக்கடி மாற்றினால் பெண்ணைச் சுற்றிலும் தவறான ஒரு பிம்பம் உருவாக்கப்படும்!

அதிலும் தனியாகப் படமிட்டால் கமெண்டுகளில் அன்பைப் பொழிவார்கள் எல்லா வயது ஆண்களும்!

அரசியல் பேசவே கூடாது (மூச்).

இதை உடைத்து ஊடகத்தில் சொந்தக் கருத்துகளையும் அரசியலையும் எழுதிக்கொண்டிருத்தல் என்பது இமாலய சாதனைதான் என் போன்றவர்களுக்கு!

துவக்கத்தில் எழுதத் துவங்கும் பெண்கள் இதுபோன்ற சவால்களைக் கடந்து தன் அறிவின் திறத்தால் வென்றார்கள் என்றால் அவர்கள் பின்னால் உருவாகும் நண்பர்கள் கூட்டமும் பொது வெளியும் அவர்களை மிகப் பாதுகாப்பாகக் காக்கும் இடங்களாக மாறிவிடுகின்றன என்பேன்!

அந்தச் சூழலில் நாம் பதிவிடும் சிறு பதிவோ அல்லது ஓரிரு

வார்த்தைகளோ கூட நமக்குத் (பெண்களுக்கு) தேவையான பாதுகாப்பை வழங்கும் எனப் புரியும்போது தவறான ஆண்கள் விலகி ஓடுவார்கள்.

பாலினத் தொல்லைகள் குறைந்து காணாமல் போய்விடும். இவள் இப்படித்தான் எனும்போது தொல்லைகள் குறையும்! அப்போது தவறான நோக்கமுடைய ஆண்கள் கூட்டம் ஒதுங்கி வழிவிடும்!

பெண் வெளிச்சத்தில் நிறுத்தப்படும்போது அவளைத் தவறான முறையில் நெருங்குவதற்கு ஆண் பயப்படுகிறான்!

நாம் என்ன பார்வையில் உலகைப் பார்க்கிறோமோ அதே பார்வையில் நம்மை உலகம் பார்க்கிறது என்பதும் விளங்கும்!

பாலின பேதங்களை உடைக்கலாம். அறிவும் நற்கருத்துகளும் முன்னிறுத்தப்படும்போது இதே ஆண்கள் கூட்டம்தான் நம்மை உயரே தூக்கி வைத்து மெச்சும்!

சமூக வெளித் தொடர்பு ஏற்படும்போது குடும்பத்திற்குள்ளும் உறவு வெளிகளுக்குள்ளும் பாதுகாப்பும் மரியாதையும் பெருகும்!

அவற்றையும் சுலபத்தில் பெற முடியாது! தங்களுக்குள் ஒருவராக இருக்கும் பெண் மீது விழுகின்ற வெளிச்சத்தை அனைவராலும் ஏற்றுக்கொள்ள முடியாது! பாலினம் சார்ந்தே பொதுவாக இருக்கும் அத்தனை கேவலமான பேச்சுக்களையும் எதிர்கொள்ள வேண்டித்தான் இருக்கும்.

“ஊடகத்தில் உனக்கென்ன எழுத்து?” என்றே பெரும்பாலும் நினைப்பர். குடும்பத்தைக் கவனிப்பது மட்டுமே பெண்ணின் பெரும் பெருமையாகக் கொள்ளப்படும்!

உடன்பிறந்தவர், உறவு வெளிக் கூட்டம் என எல்லாம் கடந்து வருவதும் சாதனைதான்.

கணவர் துணையிருக்கும் பெண் எளிதாகக் கடப்பாள்! மனைவியின் முயற்சிகளுக்குத் துணையாய் இருக்கும் கணவனின்

மனதை உடைக்கும் பேச்சுக்களையும் செயல்களையும் பலர் அரங்கேற்றுவார்கள்!

பெண்ணின் தனிப்படம் பகிரப்பட்டிருக்கும் பாலியல் பக்கங்களில் இருந்து கணவரின் ஐடிக்கே உறவுக் கூட்டம் அனுப்பும்!

இதுபோன்ற சவால்களைக் கடந்துதான் சமூக ஊடகத்தில் பெண்கள் தனித்து நிற்கிறார்கள்! சமூக ஊடகத்திற்குப் பெண்கள் வரவேண்டுமா? என்று கேட்டால் அவசியம் வர வேண்டும் என்பேன்!

வீட்டைக் கடந்து வந்த பெண்கள் எத்தனை சுயமரியாதையை மகிழ்வைப் பொருளாதாரச் சுதந்திரத்தை அனுபவித்தார்களோ அதைக் காட்டிலும் பன்மடங்கு பெரிய வெளியைப் பெண்கள் அடையலாம்!

உலகம் முழுதும் இருக்கும் நண்பர்களுடன் கருத்துப் பரிமாற்றம் செய்யும்போது பெண்களின் உலகம் மிக மிக வேகமாக விரியும்!

இது எவ்வளவு பெரிய நன்மை! அறிவு வட்டம் பெருகும்! பெண்களின் உலகமே மாறும்! கருத்துகள் மாறும். பார்வைகள் மாறும்! கற்றலின் வெளி பெருகும்! கற்றல் நடக்கும்!

பெண் எல்லாவற்றையும் குறித்த புதிய பார்வையை அடைவாள்! வானம் மட்டுமல்ல உலகமே தொட்டுவிடும் தூரம்தான் என்பது புரியும்!

சமூக ஊடக வெளிக்கு வரும் பெண்கள் ஓரிருவர் என் பதிவிற்கு கமெண்ட் செய்தாலும் உடனே பதிலளித்து அவர்களை இணைத்துக் கொள்வேன். ஏனெனில் இவர்கள்தான் ஓராயிரம் பெண்களின் உலகத்தைத் திறந்து விட உதவப் போகிறவர்கள். பெண்கள் கூட்டம் அதிகம் சேருமிடத்தில் பெண்களுக்கான உதவிகளும் பாதுகாப்பும் பெருகும்.

பெண்களின் மீதான வன்முறைகளுக்கு அடக்குமுறைகளுக்கு எதிராகப் பேச எழுத வாய்ப்புகள் கிடைக்கும் காலத்தைப்

பெண்கள் நழுவ விடக் கூடாது. சமூக ஊடகங்களைப் பெண்களுக்குக் கிடைத்த பொக்கிஷமாக மட்டுமே பார்க்கிறேன்.

தாங்கள் யார்? தங்களுக்குள் என்னென்ன திறமைகள் ஒளிந்துகொண்டிருந்தன எனப் பல பெண்கள் இங்கு (சமூக ஊடகங்களுக்கு) வந்துதான் கண்டுகொண்டதாகப் பதிவிடுவார்கள்! அது உண்மையும் கூட!

ஊடகத்தின் வாசகத்தை நுகராத பெண்கள் தங்கள் வாழ்வின் ஒரு பக்கத்தைப் பார்க்காமலேயே சென்றுவிட வாய்ப்புண்டு! அதனால் சமூக ஊடகத்தில் ஓர் ஆண் எந்த அளவிற்குச் சுதந்திரத்தை அனுபவிக்கிறானோ அதே அளவிற்குப் பெண்களும் அனுபவிக்க வேண்டும்.

மலர்கள், குழந்தைகள் படத்திற்குப் பின்னால் ஒளிந்ததால் பெண் போலி ஐடி என்று முத்திரை குத்தப்பட்ட பெண்களும் துணிவோடு வெளியே வந்து சுதந்திரக் காற்றை எல்லாவிதப் பாதுகாப்புடனும் சுவாசிக்க வேண்டும் என்பதே என் விருப்பம் !

நிலைமாற்றக் காலம்

ஒருவர் தன் வலியைத் தானே சொல்வதே சரியானதாகவும், பொருத்தமானதாகவும் இருப்பதாக நினைக்கிறேன். அந்த விதத்தில் மேலே கட்டுரையாளர்கள் பகிர்ந்த ஒவ்வொரு வரிக்கும் நான் ஒத்துப்போகிறேன்.

ஒருநாள் நான் வீட்டில் அலுவலக வேலையாக இருந்த போது கையில் ஒரு புத்தகத்துடன் இளைய மகள் (7 வயதாக இருந்தபோது) ஓடி வந்தாள். கையில் இருந்த புத்தகத்தைக் காட்டி "என்னப்பா இது, இவ்வளவு வேடிக்கையா இருக்கு?" என்றாள். என்ன ஏது என அதை வாங்கிப் பார்த்தேன். அது காந்தி பற்றிய ஒரு புத்தகம்.

பொதுவாக வெளிநாட்டில் வாழும் இந்தியர்கள் தங்கள் கலாச்சார, பண்பாட்டு விழுமியங்களை, ஆளுமைகளைத் தங்கள் பிள்ளைகளுக்கு அறிமுகப்படுத்த நினைத்துப் படிக்க வேண்டிய புத்தகங்களை இந்தியாவில் இருந்து தருவிப்பார்கள்.

அந்த வகையில், நானும் இந்தியாவில் இருந்து தேசத்தந்தை காந்தியின் வரலாற்றுப் புத்தகம் ஒன்றை வாங்கித் தந்தேன். அதில் அவள் சுட்டிக்காட்டிய பக்கத்தில் இப்படி ஒரு வரி இருந்தது.

"13 வயதான மோகன்தாஸ் கரம்சந்த் காந்திக்கு 14 வயதான கஸ்தூரிபாவை அவர்களது பெற்றோர்கள் பாரம்பரியமான இந்திய முறையில் திருமணம் செய்து வைத்தனர்."

அவளுடைய கேள்வி "இவ்வளவு சின்ன வயசுல திருமணம் செய்வார்களா? அதுவும் பெற்றோர்கள் பார்த்து வச்சாங்களா, ரொம்ப வேடிக்கையாக இருக்கே!?" என்றாள்.

அவளிடம், முன்பு இந்தியாவில் திருமண வயதை அடையாத ஆண், பெண் இரு பாலினத்தவருக்கும் குழந்தைத் திருமணம் செய்யும் வழக்கம் இருந்ததையும் பின்பு அது ஒழிக்கப்பட்டதையும் எடுத்துச் சொன்னேன்.

இன்று, திருமண வயதை அடையாத நிலையில் நடக்கும் திருமணங்கள் குற்றமாகக் கருதப்பட்டு தண்டனைகள் அளிக்கப்படுவதையும் விளக்கினேன்.

அதுபோல, வட இந்தியாவில் கணவன் இறந்தபின் மனைவியை நெருப்பில் தள்ளி எரிக்கும் உடன்கட்டை ஏற்றுதல், காதல் கணவனின் பிரிவைத் தாங்க முடியாமல் ஒரு பெண் தன் உயிரைத் தானே மாய்த்துக் கொள்வதே அவளுக்குச் சிறப்பு போன்ற கருத்தியல்களைச் சொல்லும் கதைகளை வாசித்துவிட்டு அது பற்றிப் பிள்ளைகள் பல கேள்விகள் கேட்பதாக, கேலி செய்வதாக அமெரிக்கா வாழ் இந்திய நண்பர்கள் சொல்லக் கேட்டிருக்கிறேன்.

அந்த நாட்களில் கணவனை இழந்த பெண்களுக்கு மொட்டையடிக்கப்பட்டது, அவர்களுக்கு வெள்ளைப் புடைவை கட்டாயப்படுத்தப்பட்டது. நெற்றியில் பொட்டு வைப்பது மறுக்கப்பட்டது. விதவைப் பெண் எதிரே வந்தால் அமங்கலம். பெண் பிள்ளை இரவு வெளியே தங்கக்கூடாது என்ற செயல்கள் இன்றைய தலைமுறைப் பிள்ளைகளுக்கு நகைப்பையே வரவழைக்கும்.

ஆனால், அது முன்பு நடந்தது உண்மை. சமூகத்தின் வாழ்வியல் மதிப்பீடுகள் என்பது மாறிக்கொண்டே இருக்கும்

ஒன்று. அதாவது ஒவ்வொரு காலகட்டத்திலும் இது சரி இதுவே நியாயம் எனும் கருதுகோள்கள் பின்னால் வரும் நாட்களில் உடைபட்டுப் பல்லிளிக்கும். சில நாளடைவில் கைவிடப்படுகின்றன. பல நீடிக்கின்றன. சில உருமாற்றம் அடைகின்றன. சமயங்களில் சில புதிதாகவும் உருவாகின்றன. இந்த மாற்றம் எல்லாத் தளங்களிலும் நிகழ்கிறது.

"அவளுக்குக் காலையில எழுந்திரிச்சு வீட்டு வாசல தெளிச்சு ஒழுங்கா ஒரு 13 புள்ளிக் கோலம் கூடப் போடத் தெரியல..." எனும் அன்றைய மதிப்பீடுகள் பிறகு, "அவளுக்கு அழகா நாலு வரி இங்லீஸ் பேசத் தெரியுதா, தப்பும் தவறுமா..." என மாறி இன்று "அழகா போட்டோ எடுத்து, ஒழுங்கா ஒரு ஃபேஸ்புக் போஸ்ட் போடத் தெரியுதா..." என மாறி இருக்கிறது.

அதாவது, சமூகம் பெண்களையும் அறிவார்ந்த தளத்தில் நிறுத்தி எடைபோடும் சமூகமாக மாறி வருகிறது (குடும்பத்தில் இதன் தாக்கம் குறித்து நாம் தனியாகப் பேசவேண்டும்). இதை ஒருவித *transition period* (நிலைமாற்றக் காலம்) என்றும் கூடச் சொல்லலாம்.

இந்தக் காலகட்டத்தில்தான் பரவலாகப் பெண்கள் சமூக ஊடகங்களை நோக்கி நகர்ந்து வந்து கொண்டிருக்கிறார்கள். அவர்கள் தங்கள் எண்ண ஓட்டத்தையும், மனத்தை அழுத்திவரும் விஷயங்களைப் பற்றியும் எழுதுகிறார்கள். இந்த நகர்வு என்பது சான்றோன் ஆக்குதல் தந்தைக்குக் கடனே! என மரபான நமது ஆணாதிக்கச் சமூகத்தில் பெரும் பாய்ச்சல் என்றே நினைக்கிறேன்.

பாகம்—4

புலம்பல்களும் புரட்சிகளும்

ஒன்றுபட்டால் உண்டு வாழ்வு என்பதற்கு இணையத்தைத் தவிர வேறு ஒரு நல்ல எடுத்துக்காட்டு இருக்க முடியுமா எனத் தெரியவில்லை.

பல்லாண்டுகளாக இணையம் உலகின் போக்கை மாற்றி அமைத்துக்கொண்டிருக்கிறது. இணையத்தை அடிநாதமாகக் கொண்ட சமூக ஊடகங்களின் வெற்றிக் கதையும் மிக நீண்டது தான் (வணிக நோக்கை ஒதுக்கிவிட்டுப் பார்த்தாலும்).

முன்பே சொன்னது போல, ஃபேஸ்புக், டிவிட்டர் உள்ளிட்டவை வெறும் சமூக வலைதளங்கள் அல்ல. அவை உண்மையில் சக்தி வாய்ந்த சமூக ஊடகங்கள் *(Social Networks + Publishing)* என மக்களுக்கு உணர்த்தியது 2010-ஆம் ஆண்டு ஏற்பட்ட துனீசியப் புரட்சி. அடக்குமுறைக்கு எதிராக வெகுண்ட மக்கள் சமூக ஊடகங்களால் ஒன்றிணைந்து சர்வாதிகாரத்தை பல நாடுகளில் தூக்கி எறிந்தார்கள் என்பது வரலாறு. அந்தப் புரட்சியின் முதல் விதை என்பது துனீசியாவில் ஓர் அப்பாவியின் மரணத்தில்தான் விதைக்கப்பட்டது. பின் பெண்களால் முன்னெடுக்கப்பட்ட மீடூ *(#MeToo)*.

அவ்வளவு தூரம் ஏன், தமிழ்நாட்டில் நடந்த தைப்புரட்சி எனும் ஜல்லிக்கட்டுப் போராட்டத்தை விட இதற்கு வேறென்ன சிறந்த எடுத்துக்காட்டைச் சொல்லி விட முடியும்.

தனிமனித அளவிலும் பலர் இங்கு போதிய ஆதரவு இல்லை என்றெல்லாம் புலம்பாமல், இது வெட்டி அரட்டைதளம் போன்ற குற்றச்சாட்டுகளை ஓதுக்கிவிட்டு சமூகத்துக்குப் பயனளிக்கும் வகையில் பலர் தன்னளவில் பல வேலைகளை, புரட்சிகளைச் செய்து வருகிறார்கள்.

எளியவர்களின் மருத்துவச் செலவு, முடியாதவர்களுக்குக் கல்வி உதவித் தொகை என எந்த உதவி தேவை என்றாலும் முதலில் உதவிக்கரம் நீட்டுவது சமூக ஊடகங்களாகத்தான் இருக்கின்றன. அந்த நம்பிக்கையே இன்று பலர் உலகம் முழுவதும் குழுக்களாக இணைந்து சமூக சேவையில் ஈடுபடுவதற்கான வாய்ப்பாகவும் அமைந்து இருக்கிறது.

அந்த வகையில் எனக்குத் தெரிந்த ஒரு சிலரை மட்டும் இங்கே சுட்டிக்காட்ட விரும்புகிறேன். சூழலியல் செயற்பாட்டாளரான கலைமணி. ‘வனம்’ எனும் தன்னார்வ அமைப்பின் நிறுவனரும் கூட. திருவாரூரைச் சேர்ந்த இவர் சுற்றுவட்டாரப் பகுதிகளில் ‘வனம்’ கலைமணி என்றே அறியப்படுகிறார்.

டெல்டா பகுதியில் பல ஆண்டுகளாக மரம் நடுவது, அழிந்த காடுகளை மீளுருவாக்கம் செய்வது, பறவைகளுக்காக பழமரக் குறுங்காடு அமைப்பது எனத் தொடர்ந்து செயல் ஆற்றி வருகிறார்.

சமூக ஊடகங்களின் வழியாக ஆர்வமும் துடிப்பும் மிக்க பல இளைஞர்களை ஒருங்கிணைத்து இந்தப் பசுமைப் பணியில் ஈடுபட்டு வருகிறார்.

சமூக சேவை எனும்போது எனக்கு இந்த விசயம் நினைவுக்கு வருகிறது. நீங்கள் ஹெய்டி *(Haiti)* நாட்டைப் பற்றிக் கேள்விப்பட்டிருக்கிறீர்களா? கரீபியனில் இருக்கும் ஹெய்டி பொருளாதாரத்தில் பின்தங்கிய ஓர் ஏழ்மையான நாடு.

ஆனால், புயல், நிலநடுக்கம் போன்ற விசயங்களில் மட்டும் ஆண்டுதோறும் இயற்கை தாராளம் காட்டும் ஒரு நாடு. (2021 நிலநடுக்கத்தில் இறந்தவர்களின் எண்ணிக்கை மட்டும் 2,200 பேர்).

அந்த ஹெய்டி நாட்டைச் சேர்ந்த கோசி ஜோசப் எனும் ஒரு பெண்மணி அமெரிக்காவில் என்னுடைய அலுவலகத்தில் வேலை செய்கிறார். அவர் அமெரிக்கா வந்து பல ஆண்டுகள் ஆயிற்று.

ஹெய்டி மக்களும் தமிழர்களைப் போலவே தங்களுடைய வேர்களைத் தாய்நாட்டில் மிக ஆழமாகப் பதித்திருப்பவர்கள். கோசி, நோய்வாய்ப்பட்டு இறந்த தன் உறவினரின் நினைவாக ஒரு தன்னார்வ அமைப்பை நடத்தி வருகிறார். அந்த அமைப்பின் மூலமாக அவர் ஹெய்டியில் கடந்த 10 ஆண்டுகளாகத் தொடர்ந்து மருத்துவ முகாம் நடத்தி வருகிறார். சமூக ஊடகங்களின் உறுதுணையால் மட்டுமே தங்களால் இயங்க முடிகிறது எனச் சொல்லும் கோசி ஃபேஸ்புக் வழியாகவே அமெரிக்க மண்ணில் இருந்து மருத்துவ முகாமுக்குத் தேவையான நிதியையும், மருத்துவர்களையும், தன்னார்வத் தொண்டர்களையும் திரட்டிச் செல்கிறார்.

கடந்த மாதம் அவரைச் சந்தித்தபோது, ஹெய்டியில் உள்ள ஓர் உள் கிராமத்தில் புதிய மருத்துவமனை ஒன்றைக் கட்டி முடித்திருப்பதாகச் சொன்னார். பணம்? என்றேன். “அது சமூக ஊடகங்களின் வழியாக அமெரிக்க மண்ணில் திரட்டிய நிதி” என்றபோது, அவர் கண்களில் கருணையின் ஈரம் எட்டிப்பார்த்தது.

★★★

கணக்கு எனக்குப் பிணக்கு என்ற பாரதி போல் இயல்பிலேயே நான் கணக்குப் பாடத்தில் பெரிய சூரப்புலி எல்லாம் இல்லை. அதற்கு என்னுடைய ஈடுபாடும் பள்ளிகளில் கணிதத்தை முறையாக அறிமுகம் செய்யாததும் கூடக் காரணமாக இருக்கலாம்.

அந்த வகையில் சமீபத்தில் நான் பார்த்து வியந்தவர் ஆசிரியர் ரூபி கேத்தரின் தெரேசா(*Rubi Theresa*). அவருடைய கணித யுடியூப் காணொளிகளை நீங்களும் பார்த்திருக்க வாய்ப்பிருக்கிறது. இவர் திருச்செங்கோடு பெண்கள் அரசு மேல்நிலைப் பள்ளியில் பட்டதாரி ஆசிரியையாக இருக்கிறார்.

ரூபி கணிதப் பாடத்தை மிக எளிதாகத் தமிழில் மாணவர்களுக்கு ஆர்வத்தைத் தூண்டும் வகையில் நடத்துவதில் வல்லவர். சமயங்களில், நாம் படிக்கும்போது ஏன் இவர் எனக்குக் கணித ஆசிரியராக இல்லை? என்று கூடத் தோன்ற வைக்கும் திறமை உள்ளவர்.

அவர் கணக்குப் பாடத்தில் அதன் அடிப்படையிலிருந்து தொடங்கி பிளஸ் டூ வகுப்பு வரை பல்வேறு தலைப்புகளில் இருக்கும் கணக்குகளை, சமன்பாடுகளை மிக எளிதில் புரிந்து கொள்ள பல யுக்திகளைக் காணொளிகளில் விளக்கி இருக்கிறார்.

ஆரம்பத்தில் அவரது மாணவிகள் கணக்கைப் புரிந்துகொள்ள சிரமப்பட்டபோது இணையத்தில் இருந்த அனைத்துக் காணொளிகளும் ஆங்கிலத்தில் மட்டுமே இருப்பதை அறிந்து கொண்டார். அதனால், தமிழில் அதுபோன்ற தரமான காணொளிகளை உருவாக்க வேண்டும் என்ற உயரிய லட்சியத்தில் பயணித்த ரூபியின் கணிதப்பயணம் இன்று வெற்றி பெற்றிருக்கிறது.

ஆமாம், இதுவரை இவருடைய பல்லாயிரக்கணக்கான கணிதக் காணொளிகளைப் பல கோடித் தமிழர்கள் யுடியூப்-இல் இலவசமாகப் பார்த்துப் பயன் பெற்று இருக்கிறார்கள்.

கல்வி அன்று போல ஒரு சேவை என்ற நிலையில் இல்லாமல் வணிகமாகிவிட்டது எனப் பலரும் புலம்பும் நேரத்தில் ரூபி செய்கின்ற இந்தச் சேவை ஒரு புரட்சியே. சமூக ஊடகங்களால் மட்டுமே இதுபோன்ற பல புரட்சிகள் சாத்தியமாகி இருக்கின்றன.

வரும் காலத்தில் ரூபி போலத் தங்கள் துறையில் ஆர்வமும்

திறமையும் கொண்ட ஆசிரியர்கள் இணைந்து ஓர் அமைப்பாகச் செயல்படுத்தவும் வாய்ப்பு இருக்கிறது. அது தமிழ் மாணவர்களுக்குக் குறிப்பாக ஏழை எளிய கிராமப்புற மாணவர்களுக்கு உதவியாக இருக்கும்.

இந்த நேரத்தில் அமெரிக்க மாணவர்களுக்கு இணையத்தில் இலவசமாக வகுப்பெடுக்கும் கான் அகாதெமி(*Khan Academy*)-ஐ நினைத்துக் கொள்கிறேன். அதன் நிறுவனரின் சேவையைப் பாராட்டியும் அதைத் தொடர்ந்து செயல்படுத்தவும் கான் அகாதெமி-க்கு பில்கேட்ஸ் பல மில்லியன் டாலர்கள் நன்கொடை கொடுத்தார்.

அதுபோல ரூபி போன்ற ஆசிரியர்களுக்குத் தேவையான நிதி கிடைக்கும் பட்சத்தில் பள்ளிப்பாடத் திட்டத்தைத் தாண்டி மாணவர்கள் தங்கள் திறமைகளை வளர்த்துக்கொள்ளும் சூழல் இங்கு கண்டிப்பாக உருவாகும்.

கல்வி என்பது ஒரு சமூகச் செயல்பாடு என்ற வகையில் ரூபி டீச்சரைப் போலப் பலர் சமூக ஊடகங்களில் தமிழகக் கல்விச்சூழலை ஒட்டிச் சிறப்பாக இயங்கிவருகிறார்கள்.

அந்த வகையில் நட்பு வட்டத்தில் உள்ள இன்னொரு ஆசிரியர் உமா (*Uma Maheswari Gopal*). அசத்தும் அரசுப்பள்ளி ஆசிரியர்கள் (*A3*) எனும் பதாகையின் கீழ், சமூக ஊடகங்களில் தமிழக அரசுப் பள்ளி ஆசிரியர்களை இணைத்திருக்கிறார். மாவட்ட வாரியாக ஆசிரியர்களை ஒன்றிணைத்து அவர்களுக்குத் தேவையான பயிற்சி அளிப்பது, நடப்புக் கல்விச் சூழல் சிக்கல்கள் குறித்து உரையாடுவது, மாணவர்களுக்கு ஆலோசனை, வாசிப்பு, நூல் அறிமுகம் அவர்களை மின்னணு ஊடகத்துக்குத் தயார்படுத்துவது எனப் பல பெரிய வேலைகளைச் செய்கிறார்கள்.

அதுபோல, சமூக ஊடக முகம்தெரியாத நண்பர்களின் உதவியோடு கொரோனா காலகட்டத்தில் வசதி வாய்ப்பற்ற மாணவர்களுக்குத் தினமும் உணவு தர முடிந்தது மகிழ்ச்சி

அளித்தது என்கிறார் பாரதி சந்தியா. இடைநிலைப் பள்ளி ஆசிரியரான இவர், சிவகாசிப் பகுதி வட்டாரத்தில் கல்விப்புலத்தில் பல உதவிகளைச் செய்கிறார்.

மேலே சொன்ன அனைவரும் இதை ஒரு சேவையாகத் தங்களுடைய அன்றாட குடும்ப வேலை, அலுவலகச் சூழலுக்கு அப்பால் இதை அர்ப்பணிப்போடு செய்து வருகிறார்கள் என்பதே பாராட்டுதலுக்கு உரியது.

சமூக ஊடகங்களை உலக அளவில் ஆண்களை விடப் பெண்களே அதிகமாகப் பயன்படுத்துவது போல அதன் ஊடாகச் சமூக சேவை செய்வதிலும் அவர்களே முன்னணி என்றே நினைக்கிறேன்.

அதுபோல, "வாசிப்போம் - தமிழ் இலக்கியம்" எனும் முகநூல் குழுமத்தின் வாயிலாக பல்லாயிரக்கணக்கானவர்கள் இணைந்து வாசிப்பை முன்னெடுக்கிறார்கள். தமிழின் முதல் பேலியோ உணவுக் குழுமமான "ஆரோக்கியம் & நல்வாழ்வு" குழுமத்தில் பல ஆண்டுகளாக பேலியோ உணவுமுறை சார்ந்து உரையாடுகிறார்கள். இதுபோன்ற உரையாடல்கள் சமூகத்துக்கு அவசியம்.

★★★

பிற்சேர்க்கை I

பல நல்ல விசயங்களோடு இங்கு பிரச்சினைகளும் உண்டு என்று தெரிந்தும் ஏன் இங்கு கூட்டம் அலைமோதுகிறது. யாரெல்லாம் இங்கு இருக்கிறார்கள். முக்கியமாக ஏன் இருக்கிறார்கள் என்ற கேள்வியை என்னுடைய முகநூல் வட்டத்தில் நண்பர்களின் முன் வைத்தேன்.

ஃபேஸ்புக் பிடித்து அதன்மேல் இருக்கும் ஓர் ஈடுபாட்டினால் இங்கே இருக்கும் நண்பர்களுக்கு ஒரு கேள்வி.

"நீங்க ஃபேஸ்புக் போன்ற சமூக ஊடகத்தில் இருப்பதற்குத் தனிப்பட்ட முறையில் என்ன காரணம்?" கீழே கமெண்டில் சொல்லுங்களேன் கேட்போம். என்ற நேர்மறையான அந்தக் கேள்விக்குப் பல நூறு பேர் ஆர்வத்துடன் தங்களுடைய கருத்துகளைப் பின்னூட்டமிட்டிருந்தனர். பருந்துப் பார்வையில் பார்த்த போது பலர் நேர்மறையான விசயங்களையே சொல்லியிருந்தார்கள்.

உதாரணமாகப் பலதரப்பட்ட நண்பர்களைச் சந்திக்க, எனது தனிமையை விரட்ட, பல்வேறு வகைப்பட்ட சிந்தனைகளைத் தெரிந்துகொள்ள, சமகால அரசியல்/ இலக்கிய அசைவுகளை

அறிய, பழைய நண்பர்களுடன் இணைய, எழுத்தாற்றலை மேம்படுத்த, உலக விஷயங்கள் அறிய, ஒத்த இரசனை ஆட்களுடன் பழக... எனும் அந்தப் பட்டியல் மிக நீண்டது.

சிலர் வெளிப்படையாக கேர்ள் பிரண்ட் பிடிக்க, எனது புரொஃபஷனல் நெட்வொர்க்கிங்-ஐ வளர்க்க எனச் சொல்லி இருந்தனர்.

இது ஒரு சமத்துவ அரங்கு, நல்ல பொழுதுபோக்கும் இடம், எனக்கு உற்ற நண்பன் எனச் சிலருடைய தோழமை உணர்வையும் இங்கே நம்மால் புரிந்துகொள்ள முடிகிறது.

ஆனால், "முகநூலைப் பற்றி என்ன நினைக்கிறீர்கள்?" என்ற கேள்வியை இன்னொரு அமெரிக்கப் பெண் நண்பர் தனது நண்பர்களிடம் கேட்டபோது (கேள்வியில் இருக்கும் நுட்பத்தைக் கவனியுங்கள்) பதிலாக வந்த கருத்துகள் வேறு வகையானவை.

அதில் பலர், இது இருமுனை கொண்ட ஒரு கத்தி. பழம் நறுக்கலாம். நமது கழுத்தையும் கூடத்தான். இது போதை வஸ்து. அளவோடு பாவித்தல் வேண்டும். அடிமையாகக் கூடாது.

அபாயமும் பயனும் கொண்ட மின்சாரம் இது. நேரம் குடிக்கிறது. இது பலரும் ஏமாந்து போகும் இடம், ஜாக்கிரதையாக ஆடவேண்டிய ஆடுகளம் என்ற விதத்தில் பதில் சொல்லி இருந்தனர். ஒருவர், இது நல்லதா? கெட்டதா? என்றால் இரண்டும்தான். இந்த நெளிவு சுளிவுகளைத் தெரிந்து நாம்தான் பயணிக்க வேண்டும் என்றார் ஒருவர். உண்மை. நமது சமூக வட்டம் நேர்மறையாகவும், மேம்படுத்துவதாகவும் இருந்தால் சமூக ஊடகங்கள் நமக்கு பயனுள்ளதாகவே இருக்கும்.

ஆம். அனைவரும் இங்கே இருப்பது தொடர்புகளுக்காகத்தான் என்பது பொதுப்படை. கொஞ்சம் உள்ளார்ந்து பார்த்தால் சிலர் அன்றாட வாழ்வின் பிக்கல் பிடுங்கல்களில் இருந்து தற்காலிகமாகத் தப்பிக்க இங்கு கரை ஒதுங்கி இருப்பார்கள். அந்தப் பிரச்சினைகள் சற்று ஓய்ந்தபின் அல்லது சரியான பின் மீண்டும் புற உலகுக்குத் திரும்புபவர்களாக இருக்கும்.

எடுத்துக்காட்டாக, வீட்டு நெருக்கடியால் திருமணத்துக்கு இத்தனை நாள் சாதி, ஜாதகப் பொருத்தம் எனப் பார்த்து ஓய்ந்த ஒரு முதிர்கன்னி (தெரிந்தவர்தான்) கடைசி முயற்சியாகப் புதியவர்களை அறிய இங்கு வந்திருப்பதாகச் சொன்னார். அந்தத் தேவை நிறைவேறும் பட்சத்தில் அவர் வெளியேறுபவராக இருக்கும்.

சிலர் இதை ஒரு தற்காலிக விடுதலை என்ற நிலையில் இருந்து பார்க்காமல் கழுத்தை நெரிக்கும் லௌகீகத் தேவைகளில் இருந்து விடுபடுதலுக்கான நிரந்தர வேடந்தாங்கல் என நினைக்கிறார்கள்.

மலேசியாவில் வசிக்கும் நண்பர் ஒருவர் வாசிப்பில் ஆர்வமுள்ளவர். அவர் தனக்கு அலுவலகத்தில் மூன்று ஆண்டுகளாகப் பதவி உயர்வு கிடைக்கவில்லை எனக் கடந்த ஆண்டுவரை புலம்பிக்கொண்டிருந்தார். ஆனால், சமீபத்தில் பேசியபோது பெரிய மாறுதல்.

அவர் சமூக ஊடகங்களில் தீவிரமாக இறங்கிவிட்டார். இப்போது பதவிஉயர்வு பற்றிய பெரிய குற்றச்சாட்டுகள் எதுவும் இல்லை. மாறாக முகநூல் லைக்குகளை அள்ளத் தவமாய் கிடக்கிறார். அதிகமான ஃபேஸ்புக் லைக்குகளைப் பெற, ரீட்வீட் கிடைக்க புத்திசாலித்தனமான வழிகள் என்னவெனப் படித்துக்கொண்டிருப்பதாகச் சொன்னார்.

இயற்கையாகவே மற்றவர்களுடைய அங்கீகாரத்தை விரும்பும் மனித மனம் அது வாழும் உலகில் கிடைக்காதபோது டிஜிட்டல் எனும் மின்னணு உலகில் அதைத் தேடி அலைகிறது. தனக்கு நியாயமாகத் தரப்பட வேண்டிய மரியாதையோ அடையாளமோ கிடைக்காத பட்சத்தில் அதைத் தரும் இடத்தைத் தேடுவது என்பது இயற்கையானதே.

சிலர் நாடாறு மாசம், காடாறு மாசம் என்பது போல புற உலகுக்கும், சமூக உலகுக்கும் மாறி மாறிப் பயணம் செய்து கொண்டிருப்பதையும் பார்க்கிறேன்.

இதற்கு வருமானம் ஒரு காரணமா? என யோசித்த போது, எழுத்தாளர் அபிலாஷ் சமூக ஊடகங்கள் தரும் மனக் கிளர்ச்சி பற்றி எழுதியது நினைவுக்கு வருகிறது. அதற்கு *Rags to riches* எனும் ஆங்கிலப் பதத்தைக் கையாண்டிருந்தார். தமிழில், குடிசையில் இருந்து மாளிகை என்று கூடச் சொல்லலாம்.

அதாவது ஏழ்மையில் உழலும் ஒருவர் தன்னுடைய உழைப்பால் திடீரென பணம், செல்வம் சேர்த்துப் பெரும் புகழ்பெற்று முக்கியப் புள்ளியானார். அதுபோல, சிலர் இன்ஸ்டாகிராம், முகநூல் பதிவுகளின் மூலமாகப் பெறும் சிறிய விளம்பரம் அல்லது புகழ் அல்லது பரபரப்பு அல்லது உள்ளக்கிளர்ச்சி தங்களைக் கோபுரத்தில் உயர்த்தி வைப்பதாக மனதுக்குள் நினைக்கிறார்கள்.

அந்தத் தற்காலிக எண்ணத்தை அவர்கள் ஊக்கமாகப் பயன்படுத்தி வேறு காரியங்கள் சாதித்தால் நல்லது. ஏனென்றால், டிஜிட்டல் ஊடகத்தில் முக்கியமாக முகநூல், டிவிட்டர், இன்ஸ்டாகிராம் போன்ற ஊடகங்கள் யாருக்கும் நயா பைசா தருவதில்லை. இங்கு தட்டுத் தட்டுகளாக வாங்கும் லைக்குகளும், கமெண்டுகளும் மனநிறைவைத் தரலாமே தவிர வேறில்லை.(யுடியூப் காணொளிகளுக்கு, கூகுள் பணம் தருகிறது). இங்கே, “புகழ் என்னை அவமானப்படுத்துகிறது. ஏனென்றால், அது ரகசியமாய் நான் எடுத்த பிச்சை” என எழுதிய கவிஞர் தாகூரை நினைத்துக் கொள்கிறேன்.

உண்மையில், சமூக ஊடகங்களில் தீவிரமாக இறங்குவது என்பது நம்மை நாமே நம்முடைய புற உலகில் இருந்து துண்டித்துத் தனிமைப்படுத்திக்கொள்வதன்று. அவர்களுடனான உறவுகளைச் சிதைத்துக்கொள்வதன்று. நண்பர்களை எண்ணிக்கையில் நான்காயிரம், ஐந்தாயிரம் எனச் சொல்வதும் அன்று.

மாறாக, நம் உறவுகள் மேம்பட நிஜ உலகில் அனைத்து நிலையில் இருக்கும் மனிதர்களோடு மனிதர்களாகச் சேர்ந்து நேரில் கண்பார்த்துப் பழகவும் வேண்டும். அந்த அனுபவம் அலாதியானது. ஒரு கணினியுடன் தொடர்புகொள்ள நமக்கு

கீபோர்ட், மௌஸ், தொடுதிரை போன்றவை தேவைப்படுவது போல, இந்தச் சமூகத்துடன் தொடர்புகொள்ள நேரடி உறவும், மரபான ஊடகங்களும், சமூக ஊடகங்களும் அவசியமாகின்றன.

இணையத்தில் நாளுக்கு நாள் பல்வேறு சமூகப் பொருளாதார நிலையில் உள்ள பலர் இணையும்போது இணையக் குற்றங்களும் சேர்ந்தே பெருகுகின்றன எனச் சொல்வதிலும் உண்மையிருக்கிறது.

மேலும், பல மனிதர்கள் இந்த ஆறாம் திணையைத் தங்கள் ஆழ்மனக் கசடுகள், நிறைவேறாத எண்ணங்களின் வடிகாலாக, தங்கள் மனத்தின் இருள்பகுதியில் புதைந்து கிடக்கும் சாத்தான்களை அவிழ்த்துவிட்டுப் பார்க்கும் அந்தப்புரமாக, நண்பர் சங்கீதா வெங்கடேஷ் சொன்னதுபோல ஆழ்மன இச்சைகளை நடத்திக்காட்டும் சொர்க்கபுரியாக நினைக்கிறார்கள்.

அந்த மனிதர்களைச் சமூகம் சட்ட திட்டங்களால் நெருக்கும் போது அவர்கள் ஆபத்தான டார்க் வெப் எனப்படும் இருள் இணையத்துக்குள் கூட நுழைபவர்களாக இருக்கும். அவர்களுடைய உடனடித் தேவை என்பது லௌகீக வாழ்வில் இருந்து ஒரு விடுபடல். அதனால், நமது நடத்தையை அறத்தின் வழி தீர்மானிப்பதே சரியாக இருக்கும். (அதற்காக இந்தச் சமூகம் தன் பொறுப்பைத் தட்டிக் கழிக்க முடியாது. அது நோய் நாடி, அதன் முதல் நாட வேண்டும்)

சுயபரிசோதனை

அதுபோல, சமூக ஊடகங்களில் பயணிக்கும் அனைவரும் தங்களுக்குள் கேட்டுக்கொள்ளவேண்டிய முதல் கேள்வி நான் ஏன் இங்கு இருக்கிறேன்? என்பதாகும். ஏனென்றால், பலர், "நான் நினைச்சது வேற, ஆனா... இங்க இப்படி இருக்கே" எனப் பல ஆண்டுகளாகப் புலம்பிக்கொண்டு தங்கள் மன நிம்மதியையும் இழந்து, சூழலையும் கெடுத்துக்கொண்டு இருப்பார்கள்.

எனக்கு இங்கே கலீல் ஜிப்ரானின் ஒரு சிறுவர் கதை நினைவுக்கு வருகிறது. ஓர் எலி ரோஜாவிடம் பேசிக்கொண்டிருந்தது.

என் காதுகள் கூர்மையானவை தெரியுமா? நான் எவ்வளவு வேகமாக ஓடுவேன் தெரியுமா? எனப் பெருமை அடித்துக் கொண்டது. கூடவே, நீதான் ரொம்பப் பாவம். உன்னால் ஓட முடியாது, நடக்க முடியாது. ஏன் ஊர்ந்து போகக் கூட முடியாது... என ஓயாமல் பேசிக்கொண்டே இருந்தது.

ஒரு கட்டத்தில் சலித்துப்போன ரோஜா, நீ பெரிய ஓட்டக்காரன் தான், ஒப்புக்கொள்கிறேன். இப்போது நீ இங்கிருந்து வேகமாக ஓடிப் போ!, பார்க்கலாம் என்றதாம்.

அதுபோல, ஒருவரை ஒருவர் குறைசொல்லிக்கொள்ளத் தேவையில்லை. நான் ஏன் இங்கு இருக்கிறேன். அந்த நோக்கம் முதலில் எனக்கு நிறைவேறுகிறதா? அது நிறைவேறாது எனத் தோன்றும் பட்சத்தில் தேவையின்றி அங்கிருந்து சூழலைப் பாழ்படுத்தத் தேவையில்லை. மாறாக, வெளியேறுவது என்பது நல்லது. காலம் நம்மையும் சூழலையும் குணப்படுத்தும் ஒரு நல்ல மருந்து. தேவைப்படும்போது மீண்டும் இணையலாம்.

உங்களுக்கு மேஜிக் நிகழ்ச்சிகளைப் பார்த்த அனுபவம் இருக்கும் என நினைக்கிறேன். அவர்கள் நம் கண்களுக்கு முன்னாலேயே முயல்களும், கரடிகளும் காணாமல் போகும் மாயவித்தையை எல்லோருக்கும் செய்து காட்டுவார்கள். அதில் படித்தவர், படிக்காதவர் என்ற வித்தியாசங்கள் எதுவுமில்லை. அதுபோலச் சமூக ஊடகங்கள் நமது பலவீனங்களைத் தங்களுடைய பலமாக்கிக் கொண்டு, நம் கண்முன்னால் நிகழ்த்திக் காட்டும் கண்கட்டு வித்தைக்கு ஆளாகாமல் இருக்கப் பழகவேண்டும்.

குறிப்பாகச் சமூக ஊடகங்களில் பயனாளிகளிடம் இருந்து திரட்டப்படும் தகவல்கள் விளம்பரங்களுக்குப் பயன்படுகிறது என்பது ஒருபுறம் என்றால், நம்முடைய நியூஸ்பீடில் என்ன வகை உள்ளடக்கம் தோன்ற வேண்டும் என்பதை அவர்களுடைய அல்கோரிதம் தீர்மானிப்பது (திணிப்பது) என்பது தீவிரப் பரிசீலனைக்கு உட்படுத்த வேண்டிய ஒன்று. அது உலக ஜனநாயகத்துக்கு விடுக்கப்படும் அச்சுறுத்தலாக மாற வாய்ப்புள்ளது. இப்போது நமது மின்னணு நடவடிக்கைகள் *(digital breadcrumbs)* முழுவதும் அவர்களின் கைகளில்.

பண்பாட்டு வழியில் யோசித்தால், இந்தச் சமூக ஊடகங்களின் வழிவரும் எல்லை கடந்த கலாச்சாரம் உலக மக்களின் வாழ்வியல் மதிப்பீடுகளை, விழுமியங்களை அவர்களுடைய நம்பிக்கைகளை ஒரே தராசில் எடைபோடும் நாளும் தூரமில்லை.

அதுபோல, தொழில்நுட்பம் அடைந்துவரும் முன்னேற்றத்தைப் பார்க்கும்போது எதிர்காலம் என்பது இணையத்தில்

மனிதர்களும், செயற்கை நுண்ணறிவால் உருவான கற்பனை மனிதர்களும், இடங்களும் இணைந்து செயல்படும் ஒருவிதத் தளமாக இருக்கும் என நினைக்கிறேன். அப்போது, போலியையும் உண்மையையும் இனம் கண்டு பிரிப்பது என்பது போகப் போக மிகவும் கடினமாக ஆகிவிடவும் வாய்ப்பிருக்கிறது. இதன் தொடர்ச்சியாகவே நாம் இன்று இணையத்தைப் பயன்படுத்தும் முறையின் அடுத்த பரிணாம வளர்ச்சியாக மெட்டாவெர்ஸ்(*metaverse*) என்ற விஷயத்தை ஃபேஸ்புக் சமீபத்தில் அறிமுகம் செய்திருக்கிறது.

இன்று நயாகரா அருவி போல நொடிக்கு நொடி கொட்டிக் கொண்டிருக்கும் தகவல் பெருவெள்ளத்தில் மிதந்துவரும் தீபங்களில் நமக்கானதைக் கண்டடைவதும் வரும் நாட்களில் இன்னமும் சிரமமாக இருக்கும். அதற்கான நேரமும் பயிற்சியும் அனைவரிடமும் இல்லை. உண்மையில் இந்தத் "தகவல் வெடிப்பை" கையாள உலகம் இன்னமும் முழுமையாகத் தயாராகவில்லை என்பதே உண்மை.

புதிய இணைய ஊடகங்களின் வரவால், எழுத்தாளன், வாசகன் என்ற உறவு நெகிழ்ந்து அனைவரும் எழுதலாம். சின்னத்திரை துணையின்றி ஒருவர் யு-டியூபில் நிகழ்ச்சி தொகுக்கலாம், மணிக்கணக்கில் பேசலாம், புத்தகங்களை நேரடியாக விற்கலாம். திறமையை வெளிக்காட்டலாம் என்பதெல்லாம் ஒருவித ஜனநாயகமயமாதல். இணையத்தின் வெற்றி என்று கூடச் சொல்லலாம்.

ஆனால், இந்தச் சாமானியர்களின் உரையாடலை அடுத்த தளத்திற்கு எடுத்துச் செல்ல, பெருந் திரளில் இருந்து சற்று விலகி விசாலமான பார்வையைப் பெறத் தேவையான கச்சாப் பொருள்களை (அறிவு, அனுபவம், சுயசிந்தனை...) நாம் வெளியே தேடுவது மிக அவசியம். அதுவே ஒருவரை உண்மையான நிபுணத்துவத்தைப் பெறச் செய்யும். அந்த நிபுணத்துவம் உடையவர்களுடைய சொற்களுக்கு என்றும் மதிப்பு அதிகம். இன்று, பலர் தங்களுடைய வாசிப்பை, பயண

அனுபவங்களைச் சமூக ஊடகங்களால் தொலைத்ததாகச் சொல்வதும் வருத்தமளிக்கிறது. இந்தச் சூழல் மாற வேண்டும்.

அதுபோல, இன்றைய பிள்ளைகள் எல்லோருடனும் சகஜமாகக் கூடிப் பழகுவதில்லை. வெளியே ஓடி விளையாடுவது இல்லை. குழந்தைகள் இயல்பாகச் செய்யும் பல விஷயங்களை அவர்கள் செய்வதில்லை, அதற்குக் காரணம் சமூக ஊடகங்கள் எனச் சிலர் சொல்வதும் வருத்தமளிக்கிறது. அது மாற வேண்டும். அவர்களுடைய உள்ளங்கை கைபேசிக்கு அப்பால் இருக்கும் உலகையும் காட்ட வேண்டியது பெற்றோரின் பொறுப்பு. கடமையும் கூட.

★★★

நாம் இதுவரை இணையம், சமூக ஊடகங்கள் பற்றிக் குறுக்கு வெட்டாகப் பல விஷயங்களை விரிவாகப் பார்த்தோம். அவற்றில் பல நமக்கும் இந்தச் சமூகத்தைக் கட்டுக்குள் வைத்திருக்கும் அல்லது வைத்திருக்க விரும்பும் உலக அரசுகளின் முன் உள்ள சவால்கள் ஆகும்.

அவர் இவரைப் பேசுவதும், இவர் அவரைப் பேசுவதும், நான் எனக்குப் பிடித்ததை எழுதுவதும், நீங்கள் உங்களுக்குப் பிடிக்காததை எழுதுவதும் எனச் சிந்தனைகளும், கருத்துகளும், எதிர்க்கருத்துகளும், கொஞ்சல்களும், குலாவல்களும், கருத்து மோதல்களும், அறிவார்ந்த உரையாடல்களும் இங்கு (சமூக ஊடகங்களில்) ஊடுபாவாக நிகழ்ந்துகொண்டேதான் இருக்கும்.

ஒரு சமூகம் இப்படித் தனக்குள்ளாகப் பேசிக்கொண்டு, விவாதித்துக் கொண்டுதான் இருக்கும். அந்தப் பன்முகத்தன்மை தானே சிறப்பு. மாற்றங்கள் அங்கிருந்துதானே வரும். நாம் சொல்ல வருவதெல்லாம் எதைச் செய்தாலும் கொஞ்சம் அடிப்படை அறத்தோடு அணுகப் பழகுங்கள் என்கிறோம். மாற்றுக் கருத்து கூட அத்துமீறிய ஒரு திணிப்பாக, முரட்டுத்தனமான சொற்களுடன் தனிநபர் தாக்குதல்கள் இன்றி கண்ணியமாக, நாகரிகத்துடன் இருக்கட்டுமே. நமது

சுதந்திரம் என்பது மிகப்பெரிய பொறுப்பும்கூட.

இது பல உதிரி மனிதர்கள் ஒரு புரிதலின் அடிப்படையில் இணைவதால் வரும் தொடர்புகளால் ஆனதாக இருக்கலாம். ஆனால், அவை அனைத்தும் இணைந்து இறுதியில் மிகப் பிரம்மாண்டமான வலைப்பின்னலாகி 'உதிரிகளின் தொகுப்புலகம்' -ஆக நம் கண் முன் இன்று எழுந்து நிற்கிறது.

இது உதிரிகளின் தொகுப்பாக இருப்பதால், இங்கே இருப்பவர்கள் யாரோ எவரோ, நடப்பது எல்லாம் எனக்கு வேடிக்கை. என்றில்லாமல் முடிந்தவரை நாம் சக மனிதர்களிடம் காட்டும் அன்பையும் கருணையையும் இங்கே இருக்கும் தருணங்களிலும் தருவோம்.

சிலர் இதை வெறும் சந்தைக்கடை, வெற்றுக்கூச்சல் எனச் சொல்வதால் ஒதுக்கிவிடாமல் நாம் ஒரு சமூகமாக நம்முள் மரபாகப் பேசிப் பேசி விவாதித்து முட்டி மோதித்தான் இங்கே வந்திருக்கிறோம் என்பதையும் நினைவுபடுத்த வேண்டியிருக்கிறது.

மழைக்குக் குடையை விரித்துப் பிடிக்கும்போது அதில் சில ஓட்டைகள் இருந்தால், மாற்று ஏற்பாடு இல்லாதபோது அதை ஒரு சமூகமாகச் சேர்ந்து சரிசெய்து முன்செல்வதுதானே அறிவார்ந்த செயல்.

இன்று சமூகத்தின் ஆன்மாவாக, முகம் காட்டும் கண்ணாடியாக இந்த ஊடகங்கள் மாறி இருக்கின்றன. இந்தச் சூழலுக்கு ஏற்றாற்போல அரசுகளும், சமூக ஊடக நிறுவனங்களும் புதிய சட்டங்கள், கெடுபிடிகள், வழிமுறைகள் என்ற பெயரில் அவர்கள் தேவைப்படும் நேரத்தில் சமூகத்தின் குரல்வளையில் அழுத்தம் கொடுக்கவே செய்கிறார்கள். அதற்கான தருணத்தையும் எல்லைக் கோடுகளையும் தீர்மானிக்கும் பொறுப்பில் அதிகாரம் இருக்கிறது.

இங்கு விஷமிகளும் விசமச் செய்திகளும் கட்டுப்பாட்டில் இருக்க வேண்டும் என எதிர்பார்க்கும் நாம் நமது கருத்துச் சுதந்திரத்தில் சம்பந்தப்பட்டவர்கள் கைவைக்கும்போது

கண்டிப்பாக விழித்தெழ வேண்டியிருக்கிறது.

சமூகத்தின் ஒட்டுமொத்த மனசாட்சியின் குரலாக ஒலிக்கும் இந்த ஊடகங்களைக் கட்டுப்படுத்த என வரும் எந்தவொரு புதிய சட்டத்தையும், வழிமுறைகளையும் ஒவ்வொருவரும் உன்னிப்பாகக் கவனிக்கவேண்டும். அதற்கான எதிர்வினையையும் சரியான நேரத்தில் தெரிவிக்கப் பழக வேண்டும். செய்தால் மானுடம் என்றும் வாழும்!!

பிற்சேர்க்கை II

கேள்விகள் கேள்விகள்

*ச*மூக ஊடகங்கள் தொடர்பாக எனக்கு வந்த சில கேள்விகளும் பொதுவாக நிலவும் சில சந்தேகங்களும்...

*எ*னக்கு வயது 26. கல்யாணமாகி 2 வருசமாகுது. வீட்ல பையனைப் பார்த்து செஞ்சு வச்ச அரேஞ்டு மேரேஜ்தான். ஃபேஸ்புக்ல பிரெண்ட்ஸ், கூட வேலை செய்றவங்க எல்லாம் அவங்க ஹஸ்பண்ட், குழந்தைங்க படங்களைப் போடும்போது என்னைய விட அவங்க எல்லாம் வாழ்க்கையில ரொம்ப சந்தோஷமா இருப்பதுபோல இருக்கே. எனக்கு மட்டும்தான் இப்படி எல்லாம் தோணுதா? இல்ல இது மனநோயா சார்?

என ஒரு முகநூல் தோழி உள்பெட்டியில் கேட்டிருந்தார்.

கண்டிப்பாக மனநோய் என்றெல்லாம் அச்சப்படத் தேவையில்லை என்றே நினைக்கிறேன். இதுபோல, மற்றவர்களுடைய வெளிநாட்டுப் பயணம், டூர் படங்கள், பார்ட்டி, கொண்டாட்டம் தொடர்பான படங்களைப் பார்த்து உள்ளுக்குள் பெருமூச்சு விடாதவர்கள் குறைவே. இதுபோன்ற

சமூக ஒப்பீடுகளும் அதைத் தொடர்ந்த உணர்வெழுச்சிகளும் மனிதர்களுக்கு ஒரு புதிய விசயமில்லை.

முன்பு பக்கத்து வீடு, எதிர் வீடு தெரிந்தவர்கள் என்று இருந்த ஒப்பீடு இன்று தொழில்நுட்ப வரவால் மிக அதிகமாகி இருக்கிறது. கூடவே, கேமராக்கள் கைபேசிகளுக்குள் அடங்கிவிட்டதால் எங்கும் இன்று படங்களால் நிறைந்து வழிகிறது.

அதனால், படத்தில் தோன்றும் ஒரு நொடி மகிழ்ச்சியை வைத்து ஒருவருடைய முழு வாழ்க்கையையும் நீங்களே யூகிக்காதீர்கள். வெளியே சிரிப்பாகவும், மகிழ்ச்சியாகவும் தோன்றும் படங்களுக்குப் பின்னால் பூகம்பங்கள் இருக்கலாம். அதனால், இவற்றால் வரும் கவலையும், உறவுச்சிக்கல்களும் தேவையற்றது.

இந்தச் சமூக ஒப்பீடு என்பது ஒருவருக்குத் தாழ்வு மனப்பான்மை மட்டுமல்ல, சமயங்களில் சிலருக்கு ஒருவித உயர்வு மனப்பான் மையையும் தரலாம்தான்.

ஆனாலும், ஒருவருடைய வாழ்க்கையை மற்றவர்களுடன் ஒப்பீடு செய்யத் தேவையில்லை. நமக்கான வாழ்வின் இலக்கையும், மகிழ்ச்சியையும் தீர்மானிக்க வேண்டிய இடத்தில் இருக்கவேண்டியது நாம்தாம். நாம் மட்டும்தாம்.

ஒருவருடைய இணைய, சமூக ஊடகச் செயல்பாடுகளைத் தொகுத்து ஒருவருடைய கிரிடிட் ஹிஸ்டிரியுடன் இணைக்க அமெரிக்காவில் சில நிறுவனங்கள் முயற்சி செய்வதாக அறிகின்றேனே?

கல்வி நிறுவனங்கள் தங்களுடைய எதிர்கால மாணவர்களின் சமூக ஊடகச் செயல்பாட்டை நன்னடத்தைச் சான்றிதழாக பார்ப்பது அறிந்ததே. நீங்கள் சொன்னதை ஒரு சில நிறுவனங்கள் வெளிப்படையாக அறிவிக்காமல் செய்வதாகவே அறிகிறேன்.

அதாவது, மின்னணு ஊடகத்தில் ஒருவர் எந்த மொழியில், எந்த மொழிநடையில் எந்த மாதிரியான பதிவுகளை இடுகிறார்.

எவ்வாறு கருத்திடுகிறார். அவருடைய நட்புவட்டத்தில் உள்ளவர்கள் யார் யார். அவர் எந்த மாதிரியான திரைப்படங்களைப் பார்க்கிறார். இணையத்தில் எதை வாங்குகிறார் போன்ற பல செய்கைகள் மதிப்பிடப்படுகின்றன.

அவற்றை எல்லாம் கிரிடிட் ஹிஸ்டிரி-யுடன் இணைக்கிறார்கள். அது என்ன 'கிரிடிட் ஹிஸ்டிரி' *(credit history)?* ஒரு கடனாளி நாணயமாகக் கடனைத் திருப்பிச் செலுத்தியதற்கான ஆவணம். ஒருவரின் நம்பகத்தன்மைக்குச் சான்று என்று கூடச் சொல்லலாம். அந்த கிரிடிட் ஸ்கோர் பாதித்தால்? புதுக் கடன் எதுவும் தரமாட்டார்கள். அப்படியே கொடுத்தாலும் மற்றவர்களை விட அதிக வட்டிவிகிதமாக இருக்கும். இப்படிப் பல இம்சைகள் உண்டு.

இவை நடைமுறைப்படுத்தப்பட்டால், சமூக ஊடகங்களில் "மானே", "தேனே", "பொன் மானே" தான் என நீங்கள் சொல்வது என் காதில் கேட்கிறது.

சீனா இதில் ஒரு படி முன்னேறிச் சமூக மதிப்பீடு *(Social Credit System)* என்றொரு விசயத்தை முன்னெடுக்கிறது. அதன்படி ஒருவருடைய நிதிச் செயல்பாடுகளுடன், சமூக *(social)*, சமூக ஊடகச் *(social media)* செயல்பாடுகளும் மதிப்பீட்டுக்கு உள்ளாகிறது.

அதாவது, ஒருவர் வங்கிக்கடன் பாக்கி வைப்பது, குப்பையைத் தெருவில் வீசுவது, முகநூலில் உருவ கேலி செய்து கருத்திடுவது என்பது மாதிரியான செயல்கள் அவருடைய சமூக மதிப்பீட்டு எண்ணில் தீ வைக்கும். அதனால், கட்டுப்பாடுகள் தானாக வந்துவிடும் என அவர்கள் நினைக்கிறார்கள்.

சீனா அளவுக்கு மற்ற நாடுகளும் போக வேண்டியதில்லை என்றாலும் சைபர் வெளியில் தாங்கள் கண்காணிக்கப்படுகிறோம். பதில் சொல்லக் கடமைப்பட்டிருக்கிறோம் என்ற எண்ணமே பலவற்றை நெறிப்படுத்தும். சுயகட்டுப்பாடு என்பது பலருக்கு வந்துவிடும் என நினைக்கிறேன்.

அமெரிக்க அரசும் தன் பங்கிற்கு வெளிநாட்டவர் விசா கேட்டு விண்ணப்பிக்கும் போதும், நிரந்தரக் குடியுரிமை கேட்டு விண்ணப்பிக்கும் போதும், நாட்டின் பாதுகாப்பைக் கருத்தில் கொண்டு மற்ற எல்லா விஷயங்களோடு ஒருவருடைய சமூக ஊடகத் தரவுகளையும் சோதனைக்கு உட்படுத்துகிறது.

இந்த அறிவிப்பு வந்தபின் எனக்குத் தெரிந்த பலர் அச்சத்தில், "நமக்கு எதுக்கு வம்பு" எனச் சமூக ஊடகங்களில் இருந்து முற்றிலும் விலகி விட்டார்கள்.

அது சரியான வழிமுறையாக இருக்காது. ஏனென்றால், திருமண பந்தத்தின் மூலமாகக் குடியுரிமை வேண்டி விண்ணப்பிக்கும் பட்சத்தில் நடக்கும் மோசடிகளைத் தடுக்கக் கூட அரசு சமூக ஊடகங்களை நாடுகிறது. அதனால், அவற்றில் இருந்து முற்றிலுமாக விலகி இருப்பது எந்த விதத்தில் சாதகமாக இருக்கும் என்பது கேள்விக்குறியே.

சமூக ஊடகங்களில் மொழிச் சிதைவு குறித்து?

நமது மொழி சிதைவடைந்திருக்கிறது. மேலும் சிதைவடைந்து வருகிறது. என்பது உண்மை. ஆனால், சமூக ஊடகங்களின் வளர்ச்சியால்தான் மொழி சிதைவடைகிறது என்பது முற்றிலும் உண்மையில்லை என்பது என் கருத்து. ஏனென்றால், சமூகத்தின் மொழியைத்தான் சமூக ஊடகங்கள் பிரதிபலிக்கின்றன.

சமூக ஊடகம் ஏன், இணையத்தின் வருகைக்கு முன்பே நமது தாய்மொழி செந்தமிழாக இல்லாமல் சிதைந்த தமிழாக மாறத் தொடங்கிவிட்டது. பொதுவாகவே, நாம் பேசுவது போல எழுதுவதும், எழுதுவது போல பேசுவதும் இல்லை.

அதாவது, மரபாகத் தமிழில் உரைநடை என்பது வேறாகவும், மக்களின் பேச்சுவழக்கு என்பது வட்டார, கொச்சை வழக்காகவும் இருந்து வருகிறது. உண்மையை உடைத்துச் சொல்கிறேனே. அன்று பிரிட்டிஷ் காலத்தில் ஆட்சி மொழியாகவும், பின் சுதந்திர இந்தியாவில் இணைப்பு மொழியாகவும் மெல்ல நுழைந்த ஆங்கிலம் இன்று தமிழகத்தைச் சூறாவளியாய்ச்

சுழற்றிக் கொண்டிருக்கிறது. இதனால், ஒவ்வொரு நாளும் பல நல்ல தமிழ்ச் சொற்களை ஆங்கிலத்துக்குக் காவுகொடுத்துக் கொண்டிருக்கிறோம்.

தமிழில் பிறமொழிக் கலப்பு என்பது காலம் காலமாக நடந்து வருவதுதான். ஆனால் இன்றைய ஆங்கிலம் கலப்பது போன்ற அசுரத்தனம் என்றும் இல்லை.

ஆங்கிலத்தில் பேசுவது சிறப்பு, தமிழோடு ஆங்கிலத்தைக்கலந்து பேசுவது மிகச் சிறப்பு, தமிழில் பேசுவது தாழ்வு போன்ற கருதுகோள்களோடும், மொழியை எப்படிப் பேசினால் என்ன என்ற அலட்சியத்தோடும் வானொலி, தொலைக்காட்சி, செய்தித்தாள், திரைப்படம் போன்ற ஊடகங்கள் செயல்படத் தொடங்கி இங்கே பல ஆண்டுகளாகி விட்டன.

அது போதுமான அளவு மொழியைச் சிதைத்துவிட்டது. கூடவே, பள்ளியில் படிப்பு மொழியாக தமிழ் இன்றி (மொழிப் பாடமாக கூட) படித்து வளர்ந்த தலைமுறை ஒன்றும் வந்துவிட்டது.

தொழில்நுட்பம், கல்லூரி, வேலை என வெளியே எங்கும் ஆங்கில மொழிச் சூழல் என்பதால் சமூக ஊடகங்களுக்கு முன்பே போதுமான அளவு பேச்சுமொழி சிதைந்துவிட்டது. அதன் தொடர்ச்சியாகத்தான் பேச்சு, காட்சி ஊடகங்களான யுடியூப், டிக்-டாக் போன்றவற்றில் தமிழுக்குப் பதிலாக மிக இயல்பாக 'தமிங்கில' அலை அடிக்கிறது.

ஆனால், இணையத்தில் உரைநடையின் போக்கு சற்று வேறாகத்தான் இருக்கிறது.

ஒருங்குறி எனும் யுனிகோட் எழுத்துருவைப் பயன்படுத்திய முதல் இந்திய மொழி தமிழ். இந்தியாவில் இணையத்தில் அதிகம் பாவிக்கப்படும் மொழி தமிழ் என இணையத்தில் தமிழுக்கு மிக நீண்ட வரலாறு இருக்கிறது.

அதுவரை மரபான அச்சு ஊடகங்களில் கையில் கொஞ்சமாகத் தப்பிப் பிழைத்திருந்த தமிழ் இன்று மிக அழகாக

சாமானியர்களின் கைகளுக்கு வந்துவிட்டது. அன்றைய வலைப் பூக்களில் தொடங்கி இன்றைய முகநூல் வரை பல இலட்சம் பேர் உலகம் முழுவதிலும் இருந்து தமிழில் தொடர்ந்து இயங்கிக் கொண்டிருக்கிறார்கள். அது இணையம் (தொழில்நுட்பமும் தான்) தமிழுக்குத் தந்த ஒரு கொடை.

இணையத்தின் வழியாக ஆழமான எழுத்தாற்றல் கொண்ட பலரையும் தமிழ்உலகம் கண்டெடுத்து இருக்கிறது என்பதையும் மறுப்பதற்கில்லை. ஏன், சமீப காலமாகப் பள்ளி, கல்லூரிகளில் இருந்து வெகுவிரைவாக வெளியேறும் தமிழுக்கான கடைசி நம்பிக்கையான இணையம் இருக்கிறது என்றால் கூட அது மிகையில்லை. அது அச்சு ஊடகங்களை விடப் பல்லாயிரம் மடங்கு பெரியது, ஆற்றல் மிகுந்ததும் கூட. அதைச் சரியாக பயன்படுத்த வேண்டும்.

அதே சமயத்தில், காட்சியே பிரதானம், 140 இலக்கத்துக்குள் சுருங்க எழுது (டிவிட்டர்) என்பது போன்ற சில கட்டுப்பாடுகள் இங்கு இருக்கத்தான் செய்கின்றன. சிலர் இயல்பாக இருக்கவேண்டும் எனச் சொல்லிப் பேச்சுவழக்கிலும், சிலர் தேவையின்றி தமிழோடு ஆங்கிலச் சொற்களையும் கலந்தும் எழுதி வருகிறார்கள். அவர்கள் எண்ணிக்கையில் மிகக் குறைவுதான். தனிப்பட்ட முறையில் அவற்றை நான் ஆதரிப்பவன் இல்லை. தமிழை ஆங்கில எழுத்துருவில் எழுதுவதும் ஏற்புடையதன்று.

அதுபோல, எளிமையாக நமது உணர்வை மற்றவர்களுக்குப் புரியவைக்க 'இமோஜி' (Emoji) களைப் பயன்படுத்துவதால், சொற்களின் பயன்பாடு குறைந்து, மொழியின் வளர்ச்சி தடைபடும் என்ற அச்சமும் தேவையற்றது எனப் பேராசிரியர் நவீனா அமரன் ஒரு முறை எழுதியிருந்தார். அது உண்மையும் கூட. நீண்ட பதிவுகளை வாசிக்க மனம் இல்லாமல் பலர் கடந்து போவதும் நடக்கிறதுதான்.

இங்கே, தமிழ்மொழி என்பது தமிழாசிரியர்களுக்கும், அரசியல் நடத்தும் கட்சிக்காரர்களுக்கும் மட்டுமே என்பது சராசரி மனநிலையாக இருக்கிறது. அது மாறவேண்டும். இது நமது

மொழி, நம் முன்னோர்கள் தந்தமொழி எனும் பெருமையோடு, பிறமொழிக் கலப்பின்றி, பிழையின்றி எழுதுவது, பேசுவது சிறப்பு எனும் மனநிலை அனைவருக்கும் வரவேண்டும். முக்கியமாக இளைய தலைமுறைக்கு.

குறிப்பாக, ஆங்கிலத்தின் அசாதாரணப் பாய்ச்சலுக்கு இணையாகத் தமிழை இளந்தலைமுறைக்கு அனைத்துத் தளங்களிலும் (முக்கியமாக பொருளாதார) எடுத்துச் செல்லவேண்டியது அரசின் கடமை.

(குறிப்பு- பிழையின்றித் தமிழ் பேசுவது எழுதுவது தொடர்பாக எனது தமிழாசிரியர் கவிக்கோ ஞானச்செல்வனின் நூல்களை நண்பர்களுக்குப் பரிந்துரைக்கிறேன்)

தங்களைப் போலச் சமூக ஊடகங்களிலும் இயங்கும் எழுத்தாளர்கள் அல்லது இளம் படைப்பாளிகள் குறித்து இலக்கியவாதிகளிடம் நல்ல அபிப்ராயம் இல்லையே ஏன்?

தயவு செய்து இலக்கியவாதிகள் எனப் பொதுமைப்படுத்தத் தேவையில்லை. உண்மையில், தமிழ்நாட்டில் ஒரு சிலர் சொல்கிறார்கள். அதற்குக் காரணம் தலைமுறை இடைவெளியைத் தவிர வேறு ஒன்றுமில்லை.

புதிய தொழில்நுட்பத்தைக் கற்க மனமின்றி அல்லது காழ்ப்புணர்வு காரணமாகச் சிலர் வேண்டாம் என்பதற்காக மற்ற உலக எழுத்தாளர்கள் யாரும் நவீன ஊடகங்களில் இல்லை என நினைக்கத் தேவையில்லை. உலகப்புகழ் பெற்ற பிரேசிலிய எழுத்தாளர் பவுலோ கோய்லோ *(Paulo coelho)* போன்ற பலரைச் சமூக ஊடகங்களில் நான் இன்றும் பின் தொடர்கிறேன்.

அதுபோல, சமூக ஊடகங்களில் எழுதிப் புகழ் பெற்றுப் பின் எழுத்துலகத்துக்கு வருபவர்களை ஏற்றுக்கொள்வதிலும் இங்கு மனத்தடை இருக்கிறது. அது மாற வேண்டும். அவர்களையும் வரவேற்க வேண்டும். எழுத்தாளர்களுக்கு சமூக ஊடகங்களுக்கு உள்ளே, வெளியே எனப் பரந்துபட்ட வாசகர்கள் தேவை.

சிலர், எழுத்தாளர்களுக்குச் சமூக ஊடகங்கள் அவசியமில்லை. அவர்களுடைய எழுத்தைக் கொண்டு சேர்க்க அதைவிடப் பலமடங்கு வலுவான ஊடகமான இணையதளம் இருக்கிறது என்கிறார்கள். தனியான தளம் மட்டும் என்பது முன்பே வாசகர்களுக்கு நன்கு அறிமுகமானவர்களுக்கு வேண்டுமானால் பொருந்தலாம். ஆனால், அறிமுக எழுத்தாளர்களுக்கு அல்ல.

அவர்கள் சமூக ஊடகங்களில் வீணான விவாதங்களில் இறங்காமல், அன்றாடச் செய்திகளில் தொலைந்து போகாமல் எழுத்தில் சமரசம் செய்து கொள்ளாமல், தங்கள் எழுத்தை மாற்றக்கூடிய அளவுக்கு இல்லாமல், நேர்மையாகத் தங்கள் எழுத்தை முன்வைக்கவேண்டும். எத்துறையிலும் தொடர்ச்சியாகவும் தீவிரமாகவும் ஈடுபடுபவர்கள் கண்டிப்பாக கவனிக்கப்படுவார்கள். குறிப்பாக, எழுத்தாளர்கள் டிவிட்டர், இன்ஸ்டா என சவசவ என்றில்லாமல் இணையதளத்தோடு, ஏதோ ஓர் ஊடகத்தைத் (அல்லது இரண்டு) தேர்ந்தெடுத்து வாசகர்களுடன் தொடர்பில் இருக்கலாம்.

அங்கு தேர்ந்த வாசகர்களில் பலர் இளைஞர்களாக இருப்பதும் அவர்கள் சமூக ஊடகங்களில் இருப்பதும் ஒரு தற்செயல் இல்லை.

குறிப்பாக, இன்றைய தொழில்நுட்பம் எழுத்தாளர்கள் என்றில்லாமல் அனைத்துப் படைப்பாளிகளுக்கும் மின் ஊடகங்கள் எனும் மிகப்பெரிய கதவை விரியத் திறந்து வைத்திருப்பது என்பது காலத்தின் கொடை.

நீங்கள் கவிதை எழுதுவது உண்டா, சமூக ஊடகங்கள் பற்றி ஒரு கவிதை?

கவிதை வழியாகவே நான் எழுத்துலகுக்குள் நுழைந்தேன். என்னுடைய "அந்த டைனோசர்" எனும் (விகடனின் சொல்வனம்-2015) கவிதை ஒன்று இங்கே சரியாகப் பொருந்தி வரும் என நினைக்கிறேன்.

உற்றுப் பார்த்துக் கொண்டிருக்கிறேன்.

அது
கடப்பவர்களையெல்லாம் ஏசிக் கொண்டிருந்தது.
சில சமயங்களில்
மர்மமாய்ப் புன்னகைக்கிறது
அழுகிறது
அர்த்தமற்றவொன்றை
முணுமுணுத்தபடியே இருக்கிறது
வேறொரு சமயத்தில்
தனக்குள் பேசிச் சிரிக்கிறது.

அதைப்
பழக்கிவிடுதலில் இருக்கும் சிரமங்களை
அரும்பச் செய்த அயற்சி
தீருவதற்குள்
கொஞ்சம் பழகியிருந்தது
சந்தர்ப்பக் கூடாரத்தில்
நாய்
பிணைக்கும் கயிற்றில்
கட்டப்பட்டு
சாந்தமாக ஆப்பிள்
கடித்துக் கொண்டிருக்கும்
அந்த டினோசர்

சமூக ஊடகங்களில் நீங்கள் கற்றதும் பெற்றதும்?

தொடர்ந்த சமூக ஊடகச் செயல்பாடுகளால் தனிப்பட்ட முறையில் நான் கற்றதும் பெற்றதும் பல.

முதலில் பெற்றது- சந்தேகமில்லாமல் நண்பர்கள்தான். நட்புடனும் தோழமையுடனும் அன்புடனும் பழகுகிறார்கள். இந்தப் புதிய உலகின் திறவுகோல் கண்டிப்பாகச் சமூக ஊடகங்கள்தான்.

கற்றது- பலதரப்பட்டவர்களுடனான பழக்கத்தால் கொஞ்சம் பக்குவப்பட்டிருப்பதாக நினைக்கிறேன் என்பதை இங்கே

குறிப்பிட்டுச் சொல்ல விரும்புகிறேன்.

அதே சமயத்தில், வெளி மனிதராகக் கொஞ்சம் புறவயமாகச் சற்றுத் தள்ளி நின்று யோசித்தால், இங்கே (சமூக ஊடகங்களில்) எதுவும் யாருக்கும், எப்போதும் நிரந்தரம் இல்லை என்பது புரியவரும். நீங்களும், நானும் தனித்தனியாக, தேவையுடன் கூடிய ஒரு புரிதலின் அடிப்படையில் ஒன்றாக இணைந்து இயங்கிக்கொண்டிருக்கிறோம். இது ஒரு விதத்தில் நாம் அனைவரும் இணைந்து பயணிக்கும் ஒரு நீண்ட பயணம். அதில் நாமெல்லாம் சகபயணிகள்.

இந்தச் சமூக ஊடகங்கள் ஒரு வகையில் *virtual world*-இன் ஒரு வடிவமும் கூட. அதற்காக, யாரும் இஷ்டம் போல பொய் பேசித் திரியலாம். இரட்டை வாழ்க்கை வாழலாம் என்றில்லை. இங்கே நாம் அனைவரும் இரத்தமும் சதையுமான மனிதர்கள்தான்.

நாம் இங்கே நம்மை, நம்மில் ஒரு பகுதியை இணையவெளியில் வைக்கிறோம். மீதமுள்ளதை மற்றவர்கள் தங்கள் இஷ்டம் போல (பெரும்பாலும் நிஜ உலகில் இல்லாத ஒன்றை) இட்டு நிரப்பிக் கொள்கிறார்கள். அது நமது தவறில்லை.

virtual world என்பதை நாம் தமிழ்ப்படுத்தி மெய்நிகர் உலகம் என்கிறோம். கவனித்தீர்களா மெய்-நிகர் உலகம். அது மெய் அல்ல. மெய் எனும் உண்மைக்குக் கொஞ்சம் பக்கத்தில் அவ்வளவே. ஒருவித பாவனை. அந்த அடிப்படைப் புரிதல் மறந்து சமயங்களில் தேவையற்றவற்றை மெய் உலக மதிப்பீடுகளோடு தொடர்புபடுத்தி, ஒப்பிட்டு நாமும் குழம்பி மற்றவர்களையும் குழப்பிவிடுகிறோம்.

குழம்பாமல், மற்றவர்களைக் குழப்பாமல் பயணிப்போம். வாழ்த்துகள்!

இணைப்பு

1. உண்மையான நபர்களின் போலியான காணொளிகள் *(Fake videos of real people) https://youtu.be/o2DDU4g0PRo*

2. பெற்றோர்கள் மற்றும் கல்வியாளர்கள் பிள்ளைகளைச் சமூக ஊடகங்களில் வழிநடத்துவது எப்படி? *smartsocial.com*

3. ஆன்லைனில் உங்கள் குழந்தைகளைப் பாதுகாக்க சிறந்த வழிமுறைகள் என்ன? *https://www.consumer.ftc.gov/features/kids-online*

4. நைஜீரிய கடிதக் குற்றங்கள்*(FBI) https://bit.ly/30x6vDR*

5. தனியுரிமை *(privacy)* பாதுகாப்பை மையமாகக் கொண்ட ஒரு தேடற்பொறி டக் டக் கோ *(DuckDuckGo) https://duckduckgo.com/*

6. ஆன்லைன் விழிப்புணர்வு
   www.staysafeonline.org
   www.withoutmyconsent.org
   www.troll-busters.com

7. அமெரிக்கக் குடிவரவு விசாக்களும் சமூக ஊடகங்களும் *https://www.hg.org/legal-articles/social-media-screening-for-immigration-visas-50435*

8. கான் அகாதமி (இலாப நோக்கற்ற கல்விசார் நிறுவனம்) *https://www.khanacademy.org/*

www.ingramcontent.com/pod-product-compliance
Lightning Source LLC
LaVergne TN
LVHW100802051026
849519LV00006B/1942
9789391748784